चाहूल

अंबिका सरकार

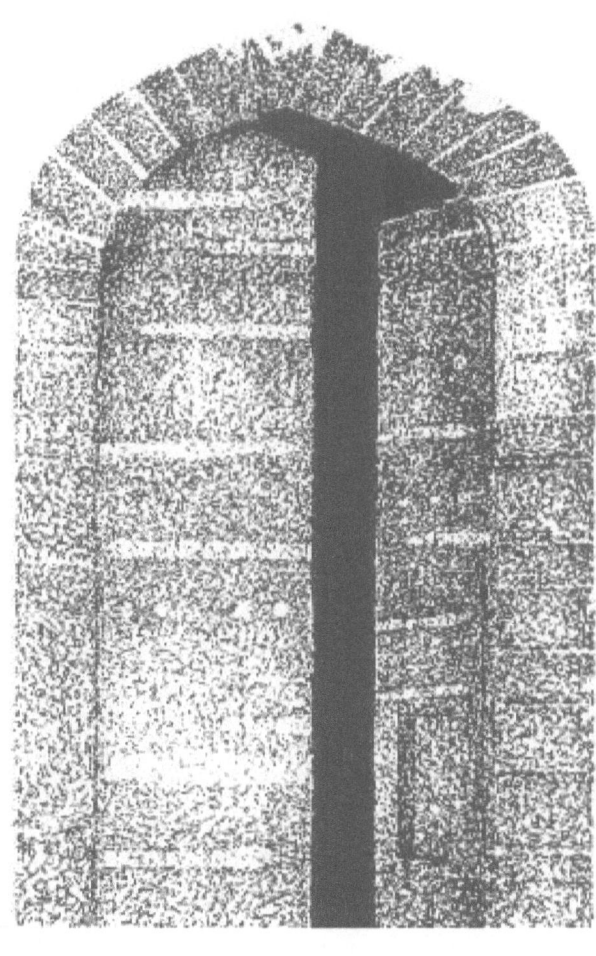

चाहूल

अंबिका सरकार

दिलीपराज प्रकाशन प्रा. लि.

२५१ क, शनिवार पेठ, पुणे - ४११ ०३०.

चाहूल / Chahul

प्रकाशक
अरुण लक्ष्मण देव
सुभाषा प्रकाशन
९९८, सदाशिव पेठ
लक्ष्मीगोपाळ सोसायटी
पुणे ४११०३०

© अंबिका सरकार
थिओसोफी हॉल, ४०- न्यू मरीन लाईन
मुंबई-४०००२०

प्रथमावृत्ती - एप्रिल १९८०
द्वितीयावृत्ती - १५ फेब्रुवारी २०१०

प्रकाशन क्रमांक - १७५४
ISBN - 978 - 81 - 7294 - 779 - 8

टाईपसेटिंग
पितृछाया मुद्रणालय,
९०९, रविवार पेठ, पुणे - ४११ ००२.

मुखपृष्ठ - अनिल उपळेकर

Website : www.diliprajprakashan.com
Email :- diliprajprakshand@gmail.com

अनुक्रमणिका

कथांविषयी...

'चाहूल' या माझ्या संग्रहातील बहुसंख्य कथांत स्त्री मध्यभागी आहे. पण तसं असलं तरी रूढार्थानं ज्याला स्त्रीवादी कथा म्हणता येतील अशा या कथा नाहीत. यात स्त्रीच्या दु:खाच्या, यातनेच्या काही कथा जरूर आहेत; त्यात समाजस्थितीमुळे व बाह्य परिस्थितीमुळे ज्यांना अखेर मृत्यूदेखील येतो, पत्करावासा वाटतो अशा दोन कथा आहेत. 'वीज' व 'चुलीतली लाकडं', या त्या दोन कथा.

'चुलीतली लाकडं' यातील जी समाजपरिस्थिती होती ती महाराष्ट्रात आता बरीचशी बदलली आहे, काहीशी सुधारली आहे असं म्हणता येईल. आता मुलींची लग्न तेराचौदा या वयात मध्यमवर्गीय नक्कीच करीत नाहीत, मुलींना शिक्षणाची संधीही भरपूर प्रमाणात मिळते आहे. या कथेतल्या नायिकेला तीन बहिणी आहेत. थोरलीचं ती चौदा वर्षांची असताना लग्न झालं आहे. म्हणजे एकूण चार बहिणी आहेत.

एक म्हणजे आता कुणाला चारचार मुली नसतात. याची कारणं आपण जाणतोच. संततीनियमन आहे. शिवाय मुलींना गर्भात असतानाच नष्ट करण्याचा सुलभ उपाय सापडलेला आहे! काही माणसं हा दुसरा उपाय पुन्हा पुन्हा वापरतात. अविवाहित व विवाहित अशा दोन्ही प्रकारच्या स्त्रिया यात सहभागी असतात वा नवरा अगर इतर कुटुंबीयांचा दबाव पडून स्त्रीभ्रूणहत्येला मान तुकवतात, अन् या प्रकाराच्या बळी होत असतात. एकूण हे दोन्ही उपाय भरपूर वापरले जातात एवढं खरं. मुलगा असावा अशी

अपेक्षा असली तरी तो होईपर्यंत प्रयत्न करीत राहायला स्त्रियांचा नक्कीच विरोध असतो व तो काही प्रमाणात मानला जात असतो.

'वीज' व 'सांगता' या कथांतील स्त्रिया बाह्य परिस्थितीने नाडलेल्या आहेत. पण 'सांगता' या कथेतील स्त्री, वयस्क बिजवराशी लग्न लावल्याने अत्यंत संतापून नवऱ्याशी ज्या प्रकारे वागते ते नक्कीच स्पृहणीय नाही. त्याचप्रमाणे 'चाहूल' या कथेतली लेखिका म्हणून मान्यता पावलेली नायिका अति महत्त्वाकांक्षेने जसं आयुष्य निवडते, आपल्या मुलीशी, नवऱ्याशी वागते तेही समर्थनीय नाही. 'शुद्ध' या कथेतील नायिका कोणत्याही बिकट परिस्थितीत नाही पण तिचं तारतम्य किंचित सुटलं आहे. नवऱ्याला ते जाचतं आहे तेही तिला उमजत नाही.

मैत्र आता माणसांच्या जीवनात महत्त्वाचं झालं आहे; म्हणजे तसं पूर्वीही होतंच, पण आता ते स्वीकारलं गेलं आहे. पण मैत्रीतही किती फसगत होऊ शकते ते दाखवणाऱ्या तीन कथा 'मैत्रीण' या एकाच शीर्षकाखाली एक दोन तीन अशा घेतल्या आहेत.

'फळे रसाळ गोमटी' ही कथा लौकिक यश आणि ध्येयमार्ग आचरण्यामुळे येणारं लौकिक अपयश या विरोधावर आणीबाणीच्या पार्श्वभूमीवर लिहिलेली कथा आहे.

'कळ' व 'पार्थिव' या जरा रोमँटिक अंगाने जाणाऱ्या, तर 'निरुद्देश' व 'परतफेड' वेगळ्या कथा आहेत.

केवळ स्त्री मनाचाच नव्हे तर एकूण मानवी मनाच्या विकारांचा, विचारांचा आणि आचारांचा शोध या कथा घेतात. या कथासंग्रहाला राज्य सरकार पुरस्कार मिळाला. परंतु या कथा फारशा वाचकांपर्यंत पोचल्या नाहीत, त्याची कारणं काही असोत. दिलीपराज प्रकाशनाने काढलेल्या या दुसऱ्या आवृत्तीद्वारे त्या लोकांपर्यंत पोचतील; सुबुद्ध व रसिक वाचकांना भावतील अशी आशा आहे.

अनुक्रमणिका

१. वीज

लांबच लांब कोरडा बरड रस्ता. त्यावर पडलेलं धगधगतं रुखं ऊन-पायांतल्या झिजक्या काळसर चपलांतून आरपार भोसकत येणारं. पाठीला चटका देणारी उन्हाची तिरीप. पोलक्याच्या आतून वाहणाऱ्या गरम घामाच्या धारा.

तीनचार तासांची फेरी. आठवड्यातून दोनदा. भरदुपारी. जाताना ऊन पाठीवर, येताना कपाळावर, नेहमीप्रमाणं परतीच्या वाटेवर मानेच्या बुंध्यात सुया खुपसायला लागल्या होत्या. एकेक सुई विजेच्या झटक्यानं मानेतून उसळेल. माथ्यावर पोचेल. प्रत्येक झटक्यासरशी टाळू तडकेल की काय, असं वाटत राहील...

ताराचे पाय चटचट उचलत होते. खरं तर घरी परतायची घाई नव्हती. कसलीच घाई नव्हती. सुरेश हॉस्पिटलात, धीरेन हॉस्टेलमध्ये, लीना तिच्या आजोळी. दाराला मोठं कुलूप.

...सात वर्षांपूर्वीची, अगदी पहिल्या वर्षातली गोष्ट. भाजी घेऊन घरी यायला एकदा उशीर झाला. दाराला कुलूप. बंद दाराबाहेर लहानगी लीना एकटी उभी होती. शेजारच्या शाळेतून नुकतीच परत आली होती. मुसमुसत होती. आपण आल्याबरोबर कमरेभोवती हात आवळून हुंदके द्यायला लागली. चार वर्षाची पोरकी पोरगी. मांडीवर घेतली. थोपटलं. इतक्यात धीरेन घरी आला. आपल्या मांडीवर लीना दिसताच वावटळीसारखा तिला हिसकावून घेऊन गेला.

वास्तविक धीरेन चांगला मुलगा. त्याचं बोलणं अगदी मऊसूत, नम्र. वागणं मर्यादशील. घरातली कामंदेखील करायचा.

लीनाचं तर सारं स्वत:च पाहायचा. अगदी तिला अंघोळ घालण्यापासून.

मात्र पाकिटातल्या नोटांच्या कप्प्यात त्यानं आपल्या आईचे दोनतीन फोटो ठेवले होते. दर महिन्याला, आई वारली त्या तारखेला, तो तोंडात पाणी देखील घालीत नसे. अगदी आठ वर्षांचा असल्यापासून. पहिल्या वेळी जरा आग्रह केला तर चमकावल्यासारखा एक दृष्टिक्षेप टाकून, दिवस मावळेपर्यंत तो घराबाहेर राहिला होता. त्याच्या मनाला आईच्या आठवणीच्या घट्ट दुखऱ्या गाठी होत्या. त्या गाठींवर त्यानं आपल्याला कधी फुंकर घालू दिली नाही. स्वत:भोवती काटेरी कुंपण घालून घेतलं. मेलेल्या आईवर धीरेनची इतकी निष्ठा होती... आपण हे असलं केलेलं. त्याला तिरस्कार वाटणं हे स्वाभाविकच. आपल्याला ओरबाडून घ्यायचा धीर झाला नाही.

पण लीनाच्या मनात काही धीरेनसारखी आईची धगधगती आठवण नव्हती. सुरेशलाही तिचा लळा लागत होता. लीनाला सुरेशच्या शाळेत घालावं असं आपल्याला फार वाटत होतं. सुरेशची मराठी शाळा. मुलामुलींची. घराच्याजवळ. पण गोविंदरावांनी धीरेनसारखं लीनालाही गुजराती शाळेत घातलं. तिला तर काही गुजरात्यांत व्यापारधंदा करायचा नव्हता! हळूहळू धीरेन-लीना एकमेकांशी गुजरातीच बोलू लागली. मोठ्या प्रयासानं एखादंच वाक्य मराठी बोलत.

एक दिवस सुरेशनं लीनाला पत्ते खेळायला बोलावलं. लीना म्हणाली, "मने नथी रमवूं."

"माझ्याशी मराठी बोलत जा लीना!" असं ओरडत सुरेशनं तिला मारायला सुरुवात केली.

नेहमी धावून येऊन लीनाला सांभाळणारा धीरेन, तेव्हा मात्र पुढं झाला नाही. आपल्याला मध्ये पडून सोडवावं लागलं. लीनानं समजूत घालून घेतली नाही. रागारागानं धीरेन बसला होता, तिकडे निघून गेली.

धीरेन तिरस्कारानं लांबलांबच राहिला. पण लीनाही दुरावली आणि आज...

आज सुरेश 'आऽई' इतकंदेखील म्हणला नाही.

आजची आठवण मनातून निपटून टाकीत तारा चालत राहिली. यायचा-जायचा रस्ता दुकानावरून. कसंही केलं तरी दुकानावरून परत जावं लागणार. किती अंग चोरलं, नजर सरळ ठेवून आलं तरी अवेळी पडणाऱ्या कावळ्याच्या शिटासारखी गोविंदरावांची नजर पडणारच...

लाकडी बाहुलीसारखं अंग अगदी आवळून धरून, तारा तीरासारखी दुकानावरून पुढं गेली.

आठ वाजता गोविंदरावांनी दुकानाला कुलूप घातलं आणि धोतराचा सोगा डाव्या हातात धरून ते घराच्या दिशेनं चालू लागले. चारसहा पावलांतच आठवण झाली. पाच वाजताच तारा परत आली होती. डोळ्याला ढापणं लावल्यासारख्या नजरेनं दुकानावरून घरी गेली होती. घरीदेखील दुसरंतिसरं काही नाही. संकटात सापडल्यावर देवापुढं धरणं धरावं तशी तिच्या ट्रंकेसमोर बसून राहिली असेल. गोविंदराव मागं परतले आणि उलट्या दिशेला इराण्याच्या हॉटेलात जाऊन बसले. डोक्यावरची खादी टोपी टेबलावर काढून ठेवली. डाव्या हातानं धोतराचा सोगा वर उचलला आणि पोऱ्याला ऑर्डर दिली. पोऱ्यानं काळसर चहा आणि मस्काब्रेड अशा बेतानं समोर नेऊन आदळला, की चहा कितीही हिंदकळला, बशीत सांडला, तरी गिऱ्हाईकाच्या अंगावर सांडू नये.

चहाकडे पाहून गोविंदरावांच्या पोटात उन्मळून आलं. खरं म्हणजे साडेआठ वाजता पहिल्या वाफेचं ऊनऊन जेवण समोर असायचं.

ही गेल्या वीस वर्षांची सवय. सात-आठ वर्षांपूर्वीपर्यंत पानात मोगरीच्या कळ्यांसारखा भात, त्यावर घरचं ताजं लोणी–तूप नव्हे, लोणी–पानासमोर उदबत्ती, शेजारी धीरेन-लीनाचे पाट.. पण अनसूया गेली. वर्षभर तसं काढलं. मुलांची आबाळ झाली. आपल्यालाही एकटंएकटं झालं. उफाड्याची बाई दिसली की पोटात ढवळून यायचं... अखेर जाहिरात दिली: 'सापत्य विधवा चालेल,' सरमिसळ उत्तरं आली. कुमारिका, विधवा, घटस्फोट घेतलेल्या... एकीला तर सहा मुलं होती! दोघीजणी हिडिंबेसारख्या होत्या. ती स्वयंपाकीण लीलाबाई, पन्नाशीची असेल. एक दात ओठावर टेकलेला. त्याला जीभ लावीत लावीत बोलणं आणि बोलताना कंबर हलवणं. गंगाबाई सातपुते पैशाची चौकशी करीत राहिली–तपशीलवार...

तारानं मात्र बराच वेळ मान उचलून वरदेखील पाहिलं नाही. तिची गोरीपान मान, अंबाड्यातून सुटून आलेली केसांची बट पाहूनच धकधकायला लागलं... मूल असलेली विधवा का हवी ते सांगितल्यावर तिनं वर पाह्यलं, तेव्हाचे तिचे असहाय काळे डोळे... त्यांत कसली तरी याचना होती. पण तिला काय हवं ते केव्हाच समजलं नाही...

खरं तर ताराची नुसती दशा झाली होती. शिक्षण नाही आणि वर असं चांगलं रूप... कुठलं काम धड टिकत नव्हतं. खोलीचं भाडं भरता आलं नव्हतं. सुरेशलाही शाळेतून काढून कामाला लावलं होतं. आता एवढं स्वतःचं घर होतं. मुलंबाळं होती. हवा तसा पैसा होता. अनसूयेचं शेदीडशे तोळे सोनं होतं. पण ताराचे कान बुच्चे... मंगळसूत्रदेखील सोन्यात गाठवून घेतलेलं नाही. मान न उचलता, जुन्या काळच्या सासुरवाशिणीसारखी घरात वावरत राहिली.

पण निदान घरची व्यवस्था लागली होती. पानापुढं उदबत्ती नसली तरी वेळेवर जेवायला मिळत होतं. घरी आल्यावर, 'आज सुरेश सायकलवर बसायला शिकला बरं का', 'सुरेशचा सहामाहीचा निकाल आला आहे. गणितात अठ्ठ्याण्णव मार्क मिळाले. इंग्रजीत मात्र पुन्हा नापास झाला' असं काहीतरी कानावर पडत होतं. तेव्हाही ताराचा हातचा राखलेला होताच. सुरेशच्या वडलांविषयी कधी चकार शब्द नाही. कॉटखाली तिची पत्र्याची ट्रंक होती. त्यात सुरेशच्या वडलांचा फोटो, काही कागदपत्रं–कदाचित त्यांचीच, कदाचित दुसऱ्या कोणाचीही. इतकी वर्षं झाली, पण मनातलं मत्सराचं वेटोळं सुटलं नाही... गोविंदराव मनात ओशाळं हसले.

घरात कुणी नसलं म्हणजे तारा त्यातल्या वस्तू काढून बसत असे. त्याची किल्ली नेहमी पोटाच्या वळीखाली साडीला अडकवलेली. 'त्यात कसलं सामान आहे? ते कपाटात ठेव' असं आपण दोनतीनदा सांगितलं. त्यावर उत्तर नाही. आणि गेलं वर्षभर तिनं स्वत:लाच त्या ट्रंकेत घालून घेतलं होतं जणू. कामापुरतं देखील बोलणं नाही. नजर तिफराटलेली, डोळ्यांत बारीक तांबड्या रेघांचं जाळं आणि त्या जाळ्यात अडकलेल्या हताश, विझलेल्या काळ्या बाहुल्या...

गेल्या वर्षात तारानं अंगाला बोटसुद्धा लावून घेतलं नाही. तिच्या गोऱ्या नितळ मानेकडे, त्यावर रुळणाऱ्या केसांच्या बटेकडे पाहून अंग धगधगीत होतं... त्याचं काय इतकं म्हणा... आता काही ताराला मूलबाळ व्हायचं नव्हतं... पण हा विचार मनात येता येता गोविंदरावांच्या चेहऱ्यावर शरमेची काजळी आली. कदाचित म्हणूनच ताराला आपला स्पर्श नकोसा झाला असेल... काही का असेना, तिच्या पोटी आपला वंश नाही, तिच्या मनावर आपला छाप नाही. निर्लेपपणानं तिनं सात वर्षे काढली. पावसापाण्याचं सोयर–सुतक न राहिलेल्या झाडाच्या सांगाड्यासारखी. हातांतून निसटून न जावो. ती तशी आणि ही अशी.

इतक्या नेटानं व्यापार केला. या गुजरात्यांच्या छातीवर पाय देऊन जम बसवला. गेल्या पंचवीस वर्षात एकदाही दिवाळखोरीची पाळी येऊ दिली नाही. स्वत:चं घर बाधलं. सोनंनाणं घेतलं. पण सगळ्याचा कणाच मोडल्यासारखं हे सारं दुबळं वैभव...

चहाच्या शेवटच्या घोटाबरोबर असले सगळे विचार गोविंदरावांनी गिळून टाकले. आता सुरेश हॉस्पिटलात आहे म्हणून तारा असं वागते आहे; पण हे काही असंच कायमचं राहायचं नाही, गोविंदराव डॉक्टरांना भेटून आले होते. डॉक्टरांनी सारं समजावून सांगितलं होतं. ताराच्या या हॉस्पिटलच्या फेऱ्या बंद झाल्या की ती पुन्हा सुधारेल. घरात लक्ष घालायला लागेल. नाईलाजानं धीरेन-लीनाला दूर ठेवावं लागलं होतं. त्यांना पुन्हा घरी आणता येईल. ताराची या वर्षातली विरक्तीसुद्धा

मावळेल.

गोविंदराव ओढीनं भराभर चालू लागले. जिन्याजवळ आल्यावर त्यांना आठवण झाली. विजेची सारी कनेक्शनं असलेल्या कपाटाचं कुलूप मोडून गेलं होतं. कडीला एक जुनं, गंजलेलं उलथनं लावलेलं होतं. घरी कुलूप आणवून घेतलं होतं. लावायचं विसरलं होतं. आजच लावून टाकायला हवं. उगाच काहीतरी प्रसंग उभा राहायचा.

गोविंदरावांचं पाऊल दारात पडलं. चपला काढताना त्यांनी डाव्या हातानं धोतराचा सोगा वर उचलला. गोरीफक्क, थुलथुलीत मांडी उघडी पडली. ताराचं अंग आकसून गेलं. डोक्यावरची खादी टोपी उतरवून त्यांनी गुळगुळीत टाळूवरुन हात फिरवला. आणि लगेच तिजोरीपाशी जाऊन खिशातल्या नोटा बाहेर काढल्या. एकदा मोजल्या, दोनदा मोजल्या, तीनदा, चारदा... खालचा जाड ओठ लोंबत होता. चेहरा हावरा दिसत होता. माणसाला उदबत्तीचा वास आणि भातावर लोणी आवडावं? घराच्या भिंतीसुद्धा लोणी सारवल्यासारख्या पांढऱ्या ऑईलपेंटच्या असाव्यात! कसला षोक नाही. सिगरेटतंबाखू नाही. सुपारीचंदेखील व्यसन नाही. सारं लक्ष दुकानात आणि त्यातल्या चपचपीत लोण्यात! ताराच्या अंगावर शहारा आला. पण डावी मांडी उघडी टाकणं, डावा हात पुढंपुढं नाचवणं, टेलिफोन उचलल्याबरोबर हेल काढून, 'तमे कोन?' असलं मद्दड विचारणं, या भांडवलावर हा लोण्याचा धंदा झाला. गोविंदरावांच्या अंगावर लोण्याचा मेणचट तवंग आला.

आणि त्या गिळगिळीत स्पर्शानं आपलाही देह बुळबुळीत झाला, विटाळला. पण निदान गेलं वर्ष तरी नाही... त्या स्पर्शाची आठवणसुद्धा असह्य वाटली.

''काय, आज हॉस्पिटलमध्ये गेली होतीस ना?''

पाहिलं असणारंच. उत्तर द्यायची जरूर नव्हती.

''सुरेश कसा आहे?''

ती ओशट नजर पुरवली, वेड्यावाकड्या आठवणीदेखील पत्करल्या, पण हे उपचाराचे खोटे प्रश्न नकोत.

''बरा आहे.''

''डॉक्टर काय म्हणाले?''

''हळूहळू बरं वाटेल म्हणत होते.''

खरोखर डॉक्टर असं म्हणाले होते. नेहमीच ते हळूहळू सुधारेल असं म्हणत. वर्षापूर्वीपर्यंत सुरेश शाळेत जात होता. गणितात पुरे मार्क मिळायचे, कधी चुकले नव्हते. एक दिवस वाण्याकडून सामान आणल्यावर डाव्या हाताची बोटं मोडून हिशोब करायला लागला, तेव्हाच ताराचा थरकाप झाला होता. सहामाहीत

सुरेशचा गणिताचा पेपर पार हुकला आणि शंकर पहिला आला. त्याला चरचरीत खांडगळ्या शिव्या देत सुरेश घरी आला.

सुरेशचा डावा हात सतत वळवळू लागला. रात्ररात्र झोप लागेनाशी झाली. डोळ्याची ढापणं सताड झाली. नाईलाजानं डॉक्टरकडे नेलं.

डॉक्टरनं मागचा सारा इतिहास विचारला. मुलाचं नाव सुरेश चितळे. वय पंधरा. वडलांचं नाव श्रीपाद चितळे. आपलं नाव मात्र तारा काळे– त्याची आई! डॉक्टरनं वर पाहिलं. तो पहिला मुलगा म्हणावा, की हे दुसरं लग्न म्हणावं, असा गोंधळ झाला. डॉक्टरांनी समजल्याची मान हलवली आणि ते हसले, तेव्हा अंगावरचं वस्त्र दूर होऊन लाज उघडी व्हावी तसं झालं.

डॉक्टरनं मख्ख चेहऱ्यानं झोपेच्या गोळ्या लिहून दिल्या. पहिली बाटली निम्मीदेखील संपली नाही. मास्तरांना शिव्या, गोविंदरावांना शिव्या... एक दिवस धीरनेला गच्च आवळून धरलं आणि क्रिकेटची बॅट डोक्यात घातली. नशीब म्हणून खोकेवरच निभावलं. गोविंदरावांनी घाबरून धीरेन-लीनांना त्याच दिवशी पाठवून दिलं.

त्यानंतर दोन दिवसांतली गोष्ट. 'ताराबेन, ताराबेन' म्हणत आपल्या भोवती भोवती घोटाळणारा भोगीलाल आला होता. धुण्याची काठी घेऊन सुरेश त्याच्या अंगावर धावून गेला. नाईलाज झाला. हॉस्पिटलात पाठवावंच लागलं.

तेव्हापासून या खेपा सुरू झाल्या– आणि ही डोकेदुखी. मानेत फणफणणाऱ्या झटक्यानं माथ्यावर चढणाऱ्या सुया.

प्रत्येक खेपेला डोकेदुखी चढती आणि सुरेशची तब्येत उतरती. त्याची नजर आणखी फिरलेली. अंग हडकलेलं. बुब्बुळं टांगलेल्या गोट्यांसारखी निस्तेज, पारदर्शक झाली होती. झाडाची फुलंपानं झोडपून काढावी, तसा देहाचा हिरवा खराटा झाला होता.

तरी बथ्थड चेहऱ्यानं डॉक्टर 'बरं वाटेल हळूहळू' असंच म्हणत होता. त्या डॉक्टरला गदगद हलवावं आणि सांगावं– 'काय होणार ठाऊक आहे मला. याचे वडील आणि आजोबा असेच गेले. याच्या वडिलांना मी याच हॉस्पिटलात आणून, त्या लांबटांग्या, गळ्याखालची गोष्टी हालवीत बोलणाऱ्या डॉक्टरच्या स्वाधीन केलं. त्यावर पुरं वर्ष गेलं नाही.'

"घराण्यात वारसाच आहे. असं लग्न करू नको." असं आई विनवण्या करून सांगत होती. आपण तिची थट्टासुद्धा केली. "तुझ्या गालावर चामखीळ आहे; माझ्या गालावर कुठं आहे? सगळंच कुठं वारशानं येतं?" असं म्हणून उडवून लावलं.

"तारे, उद्या काही प्रसंग आला तर मीदेखील असेन नसेन. तुझे वडील

नाहीत, भाऊ नाही. तू एकटी. एकट्या बाईला दुनिया कठीण असते बरं. श्रीपादच्या आईचं काय झालं ते आठव.''

''श्रीपादच्या आईचंच चुकलं. नवऱ्याचं डोकं जरा भ्रमल्याबरोबर त्या माहेरी निघून गेल्या... त्यानंच सारं हाताबाहेर गेलं.''

''बेफाम बाप्यापुढं बाईमाणसाचं काही चालत नाही. पदरी पोर होतं ते सांभाळायचं होतं. जावंच लागलं असेल.''

''हे बघ आई, तसं काही होणार नाही. आणि झालं तर श्रीपादच्या आईसारखी मी काही नवऱ्याला सोडून जाणार नाही.''

असला सावित्रीचा पवित्रा बाळगला होता.

लग्नानंतर पहिल्या वर्षातला सुरेश. सुरेशच्या बारश्याच्या दिवशी श्रीपादनं ते जरीकाठाचं गर्द निळं पातळ आणलं होतं आणि नेसू दिलंच नाही. त्यात नुसतं गुंडाळून जवळ धरून ठेवलं होतं तिला. जपून ठेवलेल्या त्या पातळाचं पांघरूण घ्यावं असं अनेकदा वाटलं, पण या घरात ते बाहेर काढावसं कधी वाटलं नाही. ते पहिलं वर्ष! उभं आयुष्य ज्यासाठी गहाण टाकावं असल्या सुखानं तुडुंब भरलेलं... त्या वर्षाला सिगारेटच्या पहिल्या झुरक्याचा धुंद वास होता. ताजा, उग्र, मर्दानी... श्रीपादच्या सिगारेटचा वास मनात इतका रुतून बसला होता की, कुठं अचानक उंची सिगारेटच्या पहिल्या झुरक्याचा वास आला की, सूक्ष्म थरारी भरत असे- अगदी परवापरवापर्यंत.

श्रीपादची पोलिसातली नोकरी, पण त्यानं कधी खरंखोटं केलं नाही. कुणाकडून दमडीची लाच घेतली नाही. एकाएकी एक दिवस, कुणी इंगळे नावाचा अधिकारी होता त्याला चरचरीत शिव्या देत घरी आला. असेल नोकरीतला काही त्रास, म्हणून आपण लक्षच दिलं नाही. मग लक्षात आलं, श्रीपाद डाव्या हाताची बोटं मोडतो तरी हिशोब करताना चुकतो. त्याच्या शरीराला येणारा तो उग्र, मर्दानी वास गेला. तोंडाला तर घाण यायला लागली. तो कामावर जायचा बंदच झाला. आठवेल, त्याला त्याला चरचरत्या भाषेत शिव्या देऊ लागला...

''मी काही त्याला सोडून जाणार नाही!''

अकरा महिने श्रीपाद हॉस्पिटलमध्ये एकटा, अगदी एकटा होता.

पहिल्यापहिल्यांदा त्याला भेटायला गेलं म्हणजे, 'आपण लवकर घरी येणार, त्या इंगळ्याची नांगी मोडणार.' असं काहीतरी उत्साहानं सांगत असे. त्याला आवडतात म्हणून नेलेली कांद्याची भजी खात असे.

शॉक ट्रीटमेंट सुरू झाल्यावर मात्र धुण्याच्या पिळ्यासारखा दिसायला लागला. शेवटचे तीन महिने ओळखसुद्धा विसरला. एका खोलीत त्याला तासन्तास

बंद केलेलं असे– अगदी एकटंच. तीन महिने– तीन दिवस नव्हे. तीन महिन्यांची तिला सवड होती आणि ती बकाबका जेवत होती.

उपास तर सोडाच, श्रीपाद गेल्यावर काही वर्षातच या ऑपरेशन करुन घेतलेल्या लोण्याच्या गोळ्याशी तिनं जाहिरात पाहून लग्न केलं होतं. आपणहून गळ्यात काळा फास घालून घेतला होता आणि जाहिरातीसारखा संसार केला होता. स्वत:चं घर, सोन्याचे पिवळेजर्द दागिने. एकाऐवजी तीन मुलं... सारं काही रंगीबेरंगी, आकर्षक.

लग्नात जरा आशा वाटली होती. पहिल्याच रात्री गोविंदरावांना सुचवलं होतं— ते म्हणाले होते, "तेवढीच अपेक्षा असती तर स्वयंपाकीण ठेवणं जड का होतं मला?''

त्यावर पुन्हा कधी काही म्हटलं नव्हतं.

आईची एकुलती मुलगी... तिला काही सुख दिलं नाही. ती आपल्या काळजीनं झुरून गेली. अखेर बोलल्याप्रमाणं केलं नाही. त्या लांबढांग्या कसायाच्या हातात श्रीपादला सोपवलं आणि या लोण्याच्या व्यापाऱ्याशी हा सौदा केला. सुख एवढंच की, ही अरिष्टांची माळ लांबवायला आता कसलं निमित्तदेखील राहिलं नव्हतं.

सुरेशलाही शॉक-ट्रीटमेंट दिली. सुरेश श्रीपादसारखा दिसायला लागला. डोक्यावरच्या भोवऱ्याजवळचे उभे राहणारे केस, डाव्या हाताची वळवळणारी बोटं, वरच्या पापण्यांना टांगलेली निर्जीव, पारदर्शक बुब्बुळं. शॉक दिल्यापासून त्यातली ओळखीची खूण, झाडून टाकलेल्या रांगोळीसारखी, पुसट झाली होती. सुरेश वयानं खूपच लहान, रंगानं जरा उजळ, इतकाच काय तो फरक.

एकदोनदा सुरेशला काय वाटत असेल ते कळावं म्हणून बल्ब काढून तिथं बोट दाबून शॉक घ्यायचा प्रयत्न केला होता. पण दरवेळी मुसंडी मारून दूर ढकलल्यासारखं वाटे आणि बोटावर दोन पांढरे डाग राहत तितकंच. सुरेशच्या, श्रीपादच्या भोगाची भागीदारीदेखील नाही!

आज सुरेशला भेटायच्या खोलीत आणलाच नाही प्रथम. नुसता निरोप सांगितला की 'शॉक दिला आहे, आता भेट होणार नाही.' क्षणभर काही ध्यानी आलं नाही. मागच्यावेळी शॉक दिला असूनही भेटू दिलं होतं. आजच का नाही? मोठ्या मिनतवारीनं डॉक्टर त्याच्या खोलीकडे घेऊन गेले. सुरेश जमिनीवर पालथा पडलेला होता. एकटाच. डॉक्टरना पाहून उठून बसला, भेदरल्यासारखा. आपल्याकडे नजर वळली तर डोळे सावरलेले, ओसाड. ओळखीचं चिन्ह नाही. तोतऱ्या शब्दानं ''आऽआई'' असं देखील म्हणाला नाही. म्हणजे यापुढे गेलं न गेलं, सारखंच झालं.

तारानं हाताचे पंजे उलथेपालथे केले आणि ती आतल्या खोलीत ट्रंकेसमोर जाऊन बसली.

गोविंदराव उशिरा घरी आले. त्यावर आणखी अर्धा तास गेला होता. हॉस्पिटलमधून तारा आली की सारंच बिघडत असे. तो दिवस बिब्ब्याच्या फुल्या पडल्यासारखा. घरी आल्यावर जेवण नाही, काही बोलायला जावं तर कात्रीनं तुकडा तोडल्यासारखी उत्तरं, सहानुभूतीचा शब्द काढला तर चवताळणारी ताराची नजर.

सुख इतकंच की, हे आता फार दिवस भोगायचं नव्हतं. या हॉस्पिटलच्या फेऱ्या संपल्या की धीरेन-लीनांना परत आणायचं. चारसहा वर्षांत घराला रया नाही, रंग नाही. एक पांढरा ऑईलपेंटचा हात मारून घ्यायचा. मुख्य म्हणजे ताराला आता वळवायचं– किडक्या झाडाचं फळ किडकंच निघायचं. पण तारानं ते विसरून आता आपल्याकडे पाहायला हवं. आपणही एकदा डॉक्टरकडे जायचं. हल्ली पुन्हा पहिल्यासारखं करून देतात म्हणे, त्यानंही ताराचं मन पुन्हा रमेल.

गोविंदराव आत गेले. तारा आतल्या ट्रंकेसमोर बसली होती. त्यातला एकएक कागद पाहत होती. आपण घरी असताना आजवर ही ट्रंक तारानं उघडली नव्हती. ते कुतूहलानं पुढे झाले.

“काय करते आहेस?”

घाईघाईनं ट्रंक बंद करीत तारा म्हणाली, “झाडून टाकते कचरा सगळा!”

कचरा शब्द तारानं अशा दबक्या हिंस्रपणं उच्चारला, की गोविंदरावांना ओरबाडल्यासारखं झालं. मनात तसंच दडपून ते म्हणाले, “जेवायचं ना आता?”

“येते आत्ता.” असं म्हणत तारानं दार लावून पुन्हा कोंडून घेतलं.

बऱ्याच वेळानं दार उघडलं. उघडताक्षणी काहीतरी जळल्याचा, करपल्याचा भपकारा आला. गोविंदराव धास्तावून पुढं झाले. त्यांना काही न दिसेल असं दार बंद करीत तारा पुढं झाली.

तारानं साडी बदलली होती.

“आता या वेळी साडी बदलली?”

पिवळसर जरीचे काठ असलेलं गर्द निळं पातळ. ते पूर्वी केव्हा पाहिल्याचं गोविंदरावांना आठवेना.

रात्री साडी बदलायची हा अनसूयेचा संकेत. अशी साडी बदलल्यावर मग मात्र अनसूयेची नजर वर व्हायची नाही. नजरेला नजर न देता ती वावरत राहायची... फुललेलं शरीर अन् लज्जावंत चेहरा... न दिसणारा. तारानं मात्र कधी कसला संकेत केला नाही.

ताराच्या अंगाभोवती सळसळत गेलेल्या त्या जरीकाठांनी गोविंदरावांचे डोळे धगधगू लागले. दृष्टी हलत नव्हती. काळजीनं चेहरा काळवंडला तरी देह विजेसारखा लवलवीत कसा? पाठमोऱ्या शरीराचे वळसे... खाली वळलेली नजर.. मानेवरून खुणावणारी केसाची बट...

न राहवून ताराच्या मानेला स्पर्श केला. मानेवर पाल पडल्यासारखी ती दचकली. गोविंदरावांचा ओशट चेहरा, लोंबणारा बुळबुळीत, जाड ओठ. वासनासुद्धा धगधगती भाजणारी नाही; बुळबुळीत निसरड्या शेवाळासारखी...

ताराच्या चेहऱ्यावरची शिसारी पाहून गोविंदराव वरमले. आता थोडा वेळ तारा समोर नको. आपल्या चेहऱ्यावरचा हावरा, ओशाळ भाव तिला दिसणं नको...

ही साडी आपल्याकरता नाही. आपण पूर्वी पाहिलीही नाही. ही कुठली? तारा त्या ट्रंकेपाशी इतका वेळ काय करीत बसली होती? फोटो काढून पाहत होती? पत्रं वाचीत होती? एका अनिवार कुतूहलानं गोविंदरावांचं मन भरून आलं. आज आत्ता ती ट्रंक उघडायची, आतली पत्रं काढून वाचायची. त्याची– आणखी दुसऱ्या कुणाची असली तर तीही...

ताराला कुठंतरी पाठवलं पाहिजे.

गोविंदराव घाईघाईनं हातात कुलूप घेऊन पुढं आले. कुलूप देत ताराला म्हणाले, "खालच्या विजेच्या कपाटाला नुसतं उलथनं लावलेलं आहे. ते काढून हे कुलूप घालून ये बरं...''

तारा धावतच पुढं आली. इतके दिवस आपल्या लक्षात कसं आलं नाही? श्रीपादनं आणलेल्या या पातळांचंही पांघरूण विटाळलं, संपलं. तेव्हा आज हे नवं मिळायचं होतं? हातातलं कुलूप तिनं जिन्यातच टाकलं. ती कपाटाकडे आली तेव्हा मानेतल्या सुया टाळूवर लवथवत होत्या. दाराचं उलथनं हातात घेऊन कपाटात शिरली. मनगटाएवढी जाड वायर जमिनीत शिरत होती. तिथं नेटानं ते उलथनं सरकवलं. पुन्हा एकदा जरा जोर दिला. मोठा लोळ झाला. एक लालभडक सळई निमिषात डोक्यापर्यंत गेली. डोक्यातल्या सुया गिळून बसली. आज दूर ढकललं नाही; कुणीतरी विलक्षण आवेगानं जवळ ओढून घेतलं.

ताराच्या ट्रंकेसमोर गोविंदराव उभे होते. ट्रंकेचं झाकण सताड होतं. वीज पडून उद्ध्वस्त झाल्यासारखं दिसत होतं. कागदपत्रं जळून काळीठिक्कर झालेली. इतक्यात भक्कदिशी आवाज होऊन घरातले सारे दिवे गेले. आणि त्या गडद अंधारात ट्रंकेतली न विझलेली एक ठिणगी चमचमत राहिली.

◆◆◆

2. कळ

पुरी संध्याकाळ झाली होती आणि तो येण्याची वेळही. काही काम नसताना ती दोघं चारपाच वेळा अशीच भेटली होती. पण आज प्रथमच त्यानं तिला स्वत:हून बोलावलं होतं. किंचित फुलारुन जाऊन तिनं काळजीपूर्वक वेशभूषा केली होती. केसांत काटेरी गुलाब खोवला होता. तसं करताना काटा बोचला होता. तर्जनी हुळहुळत होती. बोटाच्या गाभ्यातून कळ निघत होती.

तो लांबवर येताना दिसू लागला होता. थोराड बांधा, जागरूक, मोजक्या हालचाली अन् कुठंच न पाहणारी नजर, त्याच्या पाहण्याच्या पद्धतीवरून तो काही पाहतो आहे की नाही, कुणालाच सांगता यायचं नाही. ते डोळे आत वळून स्वत:लाच तेवढे पाहत.

तो आला. तिला वाटलं की तिच्यातला फरक त्याला जाणवेल. त्या गुलाबाकडे त्याचं लक्ष जाईल. पण... तीच नजर! औपचारिक, परकी. जणू कसली दगडी भिंत मध्ये बांधलेली होती. तर्जनीच्या गाभ्यातून परत कळ निघाली. मनात नीलाची आठवण खुपू लागली.

"चल, कुठं जायचं?" साधा निर्विकार प्रश्न.

"ते तूच ठरवायचं ना!" किंचित झुलता स्वर.

पण त्या झुलत्या स्वराला त्यानं जराही स्पर्श केला नाही.

"म्हणजे त्याचं असं आहे, इथून आपल्याला महालक्ष्मी, वरळी, हॉर्नबी व्हेलार्ड– कुठंही जाता येईल. आता महालक्ष्मीला जायचं म्हणजे बी रूट घेऊन."

अन् मग असंच कितीतरी प्रत्येक ठिकाणचं वर्णन.

शेवटी धीरानं ती म्हणाली, ''इतक्या जवळ नको आज. कुठंतरी लांब जाऊ ना.''

त्याची ती सदा अंतर्मुख असणारी नजर जरा फिरली. तिचे डोळे शोधीत आली. अन् तितक्याच झटक्यानं मागं गेली.

''नको, तुला घरी जायला उशीर होईल.''

तिला फटका बसल्यासारखं झालं. उशीर होईल याची आठवण त्यानं का करुन दिली? का करुन दिली?

''बरं, बरं, चल मग...''

कुठं ते न विचारताच ती त्याच्यामागं अडखळत चालू लागली.

''तू लहानपणी कधी पडलीबिडली नाहीस का ग?''

''का रे?''

''नाही. तुझ्या चेहऱ्यावर तशी कुठं खूण दिसत नाही.''

तिला आठवलं की नीलाच्या डोळ्याखाली उभा वण होता. नीला परीसारखी होती; नाजूक अन् स्वच्छंदी. कांती जुईच्या फुलासारखी सुगंधी. तिचा वेषसुद्धा फुलरंगी. तो व्रण हीच काय ती, नीला माणसांच्या जगात असल्याची खूण होती.

ती विरमून कोमेजून गेली. तोही काहीच बोलला नाही. अन् चपला-बुटांचा आवाज तेवढा येत राहिला. वेगळा येत राहिला. जरा पाऊल कमी-अधिक करून तिनं तो आवाज जुळवून घेतला अन् त्या तालातच ती चालत राहिली, न बोलता.

पण मग त्याचं पाऊल अस्वस्थ पडू लागलं. किंचित दिडकं, त्यानं सारं अंग अधिकच चोरून आकसून घेतलं अन् नेहमीची ती अंतर्मुख दृष्टी अधिकच आत वळून कुठं नाहीशी झाली. तरीही ती काहीच बोलली नाही. तालातालात तशीच चालत राहिली.

रिकाम्या बसमध्ये अगदी शेवटच्या बाकावर बसण्याची त्यानं तिला खूण केली अन् ती नीट सावरुन बसल्यावर तिच्या पाठीवर त्याचा हलका हात आला. इतका हलकेच की त्यालाही ते कळलं नसावं; हे नेहमीचंच, अगदी असंच. पण इतकंच, अधिकउणं नाही. का बरं? नुसती सवय?

शंकेने तिचा जीव मरगळून गेला होता. पण तरीही देह हळूच थरथरला. तिनं खालच्या नजरेनं पाहिलं तर त्याची नजर मात्र तशीच अंतर्मुख आणि दगडी राहिली होती.

''आज मला नीला भेटली होती.'' तो म्हणाला. त्यानं असं वरचेवर नीलाविषयी बोलत राहावं, याचं तिला नवल वाटे. तिचा तर्क खोटा होता? आपलं

काटा बोचलेलं बोट तिनं ओठात धरून चोखलं.

"काय म्हणत होती?"

"काही नाही, एक गणित विचारायला आली होती."

पुन्हा एकदा तिला प्रश्न पडला की, गणितासारखा रुक्ष विषय नीलानं का घेतला होता?

"बसली नाही फार वेळ. घाईत होती."

त्याचे दगडी डोळे नीलाविषयी बोलताना जरा गहिरे होत. नकळत त्यानं तिच्या पाठीवरचा हात काढून घेतला. तिला कुणी आव्हान दिलं आहेसं वाटलं अन् मग ती आवेगानं म्हणाली, "मला नीला फार आवडते."

हे जरा अनपेक्षित असावं. त्यानं चमकून तिच्याकडे पाहिलं, पण क्षणभरच. अन् पुन्हा ते दगडी पांघरूण वेष्टून घेऊन तो म्हणाला, "हो, हुशार आहे ती. फार हुशार आहे."

"कितीतरी माणसं हुशार असतात. त्याचं काय मोठंसं?"

बसमधून उतरून ती दोघंही रस्त्याला लागली. आताही चपला-बुटांचे आवाज येत राहिले, पण त्याकडे तिचं लक्षच नव्हतं.

"मला तिच्या सावळ्या व्यक्तिमत्त्वाची नाजूक वळणं आवडतात. तिच्याभोवती फुललेले स्वप्नातले रंग आवडतात. तिची हलकी फिकट देहयष्टीसुद्धा आवडते."

तो काहीच बोलला नाही. स्तब्ध, अतिस्तब्ध झाला.

"ती नेहमी आसावरीचे सूर गुणगुणते. आसावरीचे सूर म्हणजे नीला आहे."

तरीही तो काही बोलला नाही. तीही मग स्तब्ध झाली.

कुठूनतरी अंधार उतरला अन् पसरत चालला. समुद्राचे हलके रंग दाट होऊ लागले. वाळूवर पावलांचे आवाज येत नव्हते. फक्त अबोल ठसे उमटत होते. मघापासून हुळहुळत असलेली तर्जनी जरा शांत झाली.

ते अगदी पाण्याजवळ आले. लाटांचा आवाज खूप खोल येत होता. पाण्याला धुंद बेहोशी होती. समुद्राचा अन् त्याच्या खोल श्वासाचा आवाज मिसळून गेला.

त्याच्या श्वासाला कसा सुगंध असेल? ती कल्पनेनंच फुलली.

त्यानं हळूच तिला वेढून घेतलं. त्याचा उष्ण तळवा तिच्या खांद्यावर आला. पण त्याचा बाहू भांबावलेला, शंकित होता. ती मरगळली. वाटलं, की त्याच्या बाहुविना क्षणभरही उभं राहता यायचं नाही.

मग तो एकाएकी स्वतःहूनच म्हणाला, "नीला अंतरी फार गंभीर आहे."

अन् मग शांतपणानं तो तिच्याविषयी आणखीही बोलत राहिला. नीलाची आठवण अशी खुपत असतानाही तिच्या पाठीवरचा हात त्यानं काढून घेतला नाही.

तिची हुळहुळती तर्जनी दुखायची थांबली. त्याची एकाग्र नजर समुद्राच्या पाण्यावर हलके, नाजूक रंग शोधत होती का? समुद्र गडद खोल झाला होता तरी? पायाखालच्या वाळूची घट्ट मिठी बसली. समुद्र आणि क्षितिज यांतली सीमारेषा दिसेनाशी झाली.

"मला ती फार आवडायची." तो जरा अडखळला. काळोख इतका दाट झाला होता की, त्याचा चेहराही दिसत नव्हता. त्याचे एकाग्र डोळे काय पाहत असतील?

"ती मला हवी होती." शब्द अगदी हलके आले. समुद्रावरून झुलत आले,

"मग?"

"मी विचारलं. नीलानं नाही म्हटलं."

तिला हायसं वाटलं. अखेर तो बोलला होता. तिच्या मनात आलं की, नीला चांगलीच आहे, पण तिनं असं करायला नको होतं. पण ती काहीच बोलली नाही. जखमेवर फुंकर घालायची काही जरूर नव्हती. तो साधेपणानं हसत होता ना...

गुलाबकाट्यानं दुखलेली तर्जनी तिनं उचलली अन् त्याच्या हातावरून हलकेच फिरवली. त्याची एकाग्र नजर तिच्यावर स्थिर झाली. गुलाबकाट्याच्या शल्यापर्यंत गेली. तो तिच्याकडेच पाहत समाधानानं हसत होता. तिची समजूत घालावी तसा त्यानं तिच्या केसांवरून हात फिरवला. तिचा मनावरचा उरलासुरला ताबा उडाला, अन् ताठ मान त्याच्या खांद्यावर विसावली.

3. आश्रय

अगोदरचा थोडा वेळ तरी शांत असावं म्हणून एकट्यानं चालत जायचं असं नरेननं आपणहूनच ठरवलं होतं. अगदी निवांत लयीत चालत राहायचं, पुढचा-मागचा विचार बाजूला ठेवायचा, या निश्चयानं आईला नमस्कार करून घराबाहेर पाऊल टाकलं होतं. आईनंही, "अरे, न्यायला त्यांची गाडी येणारच आहे. कशाला चालत जातोस? वारं बसेल." असा आग्रह केला नव्हता. नीट आशीर्वाद दिला होता. मुख्य म्हणजे देव्हाऱ्यातल्या मंगेशाला नमस्कार करायला सुचवलं नव्हतं. वादाचा प्रसंग आणला नव्हता.

पण चालताना पाय तिडबिडल्यासारखे पडत होते. अधूनमधून चपलांचा फटफट आवाज होत होता. गर्दी नसूनही चालताना मध्येच एका मुलीला धक्का लागला. तिनं दादच घेतली नाही. नरेननंच अंग चोरून घेतलं. पावलं पुन्हा तिडबिडली. मुलीच धक्के मारतात अशा अर्थाचा चावट विनोद विलासनं केला होता, तो आठवून चेहऱ्यांच्या कोपऱ्यात वाह्यात हसू उमटलं. गालावर खळी उमटली. अभावितपणं त्या खळीत करंगळी टेकली गेली आणि शेखमियांची सवय आठवली. करंगळीनं दाढी कुरवाळण्याची. आपल्याला तीच सवय आहे? रोज पाहूनपाहून लागली आहे? हात झटक्यानं खाली आला.

बाजूच्या निवांत रस्त्याला लागल्यावर गार वाऱ्याच्या झुळका यायल्या लागल्या. जरा थंड वाटलं. गळ्यावर वारं बसू नये म्हणून स्वत: विणलेला मफलर आईनं हातात दिला होता, बजावून गळा झाकायला सांगितलं होतं, त्याची आठवण झाली. थंड वाऱ्यात

त्या मऊ लोकरीची गळमिठी उबदार लागली. पावलं मनासारखी लयीत पडू लागली.

गावाच्या बाहेर एका बाजूला मोठं फाटक. फाटकात गाडी शिरत असली म्हणजे तत्परतेनं पुढे होऊन सलाम ठोकणारा उग्र मिश्यांचा खाकी दरवान. फाटकाच्या आतली विस्तीर्ण बाग-काटछाट करून शिस्तीनं आखून दिलेल्या गुढघ्याएवढ्या रोपांची बाग नव्हे; डेरेदार, उंच, खानदानी वृक्ष असलेली. एकदम निराळ्याच सृष्टीत शिरल्यासारखा त्या डेरेदार वृक्षांखालचा परका थंड अंधार. वृक्षांच्या छाया वगळून असलेले वेळींचे गच्च कुंज. वृक्षांना वेटाळून जाणारा, मोठी मोटार आरामशीर जाईल असा रस्ता...

फाटकापासून अगदी आत खोलवर असल्यानं चित्रासारखा छोटा पण प्रत्येक पावलागणिक मोठा मोठा होत जाणारा जुन्या बांधणीचा दगडी बंगला. बंगल्याच्या गुहेसारख्या दाराजवळ दुसरा उग्र दरवान. झडपेसारखी एका दिशेनं उघडणारी दारं. आत घेणारी. गिळून टाकणारी.

वास्तविक सारं परिचित. अनेकदा पदमपदनं आपल्याबरोबर आग्रहानं मोटारीतून आणलं होतं. यापूर्वी नरेन आपल्या पायानं चालत आला नव्हता इतकंच; एकटं, पायी आल्यानं हे असले चमत्कारिक भास होताहेत. हे भास झटकून टाकायला हवेत. मन शांत राहायला हवं.

नोकराकरवी एकदम दिवाणखान्यात रवानगी, दिवाणखान्यात कुणीच नाही. पदमपदचा पत्ता नाही.

वास्तविक पदमपदनं गळ्यात हात घालून पुन:पुन्हा आग्रह केला होता, ''आपण मित्र-मित्र तेवढेच जमू. फार तर पिताजी, एखाददोन पिताजीचे दोस्त, बाकी कुणी नाही.'' अशी कबुली दिली होती.

आणि आता समोर हा अवाढव्य रिकामा दिवाणखाना. सजवलेली पांढरी शुभ्र बैठक. बैठकीमागे लाकडावर कोरीव हस्तिदंती काम केलेला रूम डिव्हायडर उभा. श्रोत्यांकरता मऊ बिछायत. बिछायतीवर अधूनमधून ठेवलेले छोटे-छोटे लोड, पानसुपारीची तबकं, त्यातच गुलाबकळ्या, चमेलीचे फुल-गजरे. बैठकीवर तबला, पेटी, तंबोरे. तबल्यामागे शेखमिया.

शेखमिया. साथ करायला मुद्दाम पाठवलेले, आईचे एकोणीस वर्षांचे जुने, खास तबलिये, जुने आणि जाणिते. सोनेरी काड्यांच्या चष्म्याच्या काचांवरून रिकाम्या दिवाणखान्यावर निर्विकार नजर फिरवीत बसलेले शेखमिया. लहानपणापासून ओळखीचे. पहाटे जाग यायची ती त्यांच्या तबल्याच्या तालात. आईचा गोळीबंद

कमावलेला आवाज. त्याला शेखमियांच्या तबल्याची संथ भरदार साथ, आईचं इतर साथीशिवाय अडत नाही; शेखमियांशिवाय मात्र पान हलत नाही... अनेकदा मैफल संपवून आईबरोबर अपरात्री तंबोऱ्याचा भार वाहत येणारे शेखमिया... अपरात्री आणि पहाटे झोपेच्या गुंगीत शेखमियांची चाहूल. कधीतरी ऐकू येणारे शब्द. अगदी क्वचित, विशेष खूष झाले तर आपण गाताना ये बात है बेटे अशी त्यांनी दिलेली दाद. एरवी नेहमी त्यांच्या तोंडून ऐकायचे ते केवळ तबल्याचे बोल, ताल चुकला तरी न हलणारी निर्विकार नजर.

आज त्यांच्या निर्विकार मुद्रेचा दबाव वाटत होता. आईनं शेखमियांना पाठवण्याचा आग्रह धरला नसता, अरविंदलाच तबल्यावर घेतलं असतं तर बरं झालं असतं. अरविंदचा अजून पत्ता नव्हता. शाम आणि विलासही आले नव्हते. कदाचित सगळे बरोबर येतील.

बिछायतीवर जड पावलं टाकीत कैलाशचंद येऊन बसले. विड्यांनं रंगलेले जाड लाल ओठ, लालट गोरी, पिकू लागलेली तुकतुकीत कांती, कलप लावलेले काळे केस, केसांच्या मुळात लाल झाक, डोळ्यांत लाल रेघा...

पदमपदनं पूर्वीच कैलाशचंदांशी ओळख करून दिली होती. त्यांना गाण्या-बजावण्याचा किती षौक आहे, तरुणपणी तर त्यांनी महिन्यात मैफल ऐकली नाही असं होऊच दिलं नाही, वगैरे सांगितलं होतं.

"मी इतके वेळा जातो, कधी कोणत्या मैफिलीला पाहिल्याचं आठवत नाही..." नरेन आश्चर्यानं म्हणाला होता.

"अरे यार, तुझ्या नादानं मी येतो कधीकधी तिकीट काढून, पण पिताजींना समजलं तर आवडायचं नाही. आम्ही नेहमी घरीच मैफली करतो. चल, तुझी करून टाकू एक..."

अशी ही मैफल जमली होती. नरेनची पहिली मैफल. पदमपदचा मात्र पत्ता नव्हता.

वार्धक्यानं ओघळलेलं शरीर सैल सोडून कैलाशचंद आरामानं लोडाला टेकून बसले. दिवाणखान्यावर नजर फिरवली.

वर्षानुवर्षे ऐकलेलं गाणं– या इथेच केलेल्या अनेक मैफली– अगदी तरुण वयापासून केलेला पिढीजात षौक. विशीत अनेकदा ऐकलेलं चंपाचं गाणं, नझीराचं, केसरचं, आदाचं, नजाकतीचं गाणं. गाणारणीच्या समोर बसलेली मोजकी रईस माणसं– खानदानी षौक करणारी. तोंडात सुगंधी तंबाखूची पट्टी, परदेशी सिगारेट, कानांत अत्तराचे फाये, शराब... गाणं ऐकत-नैकत बसलेली माणसं– षौक करणारी

पण त्यात न बुडालेली. बुडालेल्या गायिका-जीव लावून गाणाऱ्या–कुर्बान. किंचित विलगलेले ओठ, चेहरा वर उचलल्यानं ताणलेला गळा, त्यावरली अस्पष्ट दिसणारी हिरव्या-निळ्या शिरांची हलकी नक्षी, ऊर उंचावत– तिथं रुळणारा पाणीदार मोत्यांचा एकसर. मोत्याच्या पाण्यानं चमकणारी रेशमी वस्त्रं, मोत्यांसारखे दात.

कधी गाणारी विशेष धारदार नाकाची, जिद्दीची; कधी गोरी, कधी सावळी, फार वर्षांपूर्वी कुणा दोस्ताच्या आग्रहामुळं बोलावलेली ती काळीढुस्स कोकिळा. गाताना सुरांतून तिनं ते काळं जहर आपल्यावर असं चढवलं की, तिलादेखील उरली रात्र ठेवून घेतली होती; कुरूप, काळी असून. दोन्ही बिदाग्या दिल्या होत्या. नाही म्हणता एक ती बनारसची गिरिजा का कोण, ती उरली रात्र नाकारून निघून गेली होती. मोठी गरती नव्हे खरी; पण म्हणून तिच्या नजरेतला तो उग्र; तुच्छ भाव काळजाला आणखीच डसला होता.

पदमपदनं गायला आज हा पोरगा आणला होता. पोरगा. सतरा–अठराचा. कोवळा. किंचित बायकी चेहऱ्याचा. नाही म्हणायला चेहऱ्यावर बारीक मूछ दिसत होती. अगदीच क्लासात पढल्यासारखं न गावो. तारीफ तर खूप केली होती पदमपदनं, ''आईनं मेहनतीनं तयार केला आहे. सहाव्यासातव्या वर्षापासून स्वत: तालीम दिली आहे. तालासुराला पक्का केला आहे.'' पण तयारीचं आणि नजाकतीचं गाणं गाईल का हे पोरगं?

नरेन चुळबुळत होता. येऊन अर्धा तास झाला, पदमपद दिसलाच नव्हता. अरविंद एकटाच येऊन एका कोपऱ्यात पोरक्यासारखा बसला होता. शामचा, विलासचा पत्ता नव्हता. समोर तुरळक अनोळखी माणसं येऊन बसली होती. कानांतली हिऱ्याची कुडी चमचमत असलेल्या पन्नाशीच्या दोन बायका. अगदी मध्यभागी समोर बसलेली एक कॉलेजकन्यका. कैलाशचंद. त्यांच्या शेजारी बसलेले त्यांच्याच वयाचे चार जून, जरठ चेहरे.

नरेनला चुळबुळताना पाहून कैलाशचंदांनी मागे नजर टाकली. पदमपद अजून आला नसला तरी काळजी नव्हती– तो वेळेवर येणार. दिवाणखान्यात मधोमध बसलेली चित्रा कैलाशचंदांच्या नजरेतून सुटली नाही... दुर्गाबाईची, रसोई पकवणारणीची छोकरी. अगदी कॉलेजात जात असली तरी बैठकीत मालकिणीसारखं असं मधोमध बसू नये हे तिला, तिच्या आईला कळायला हवं होतं. मुख्य म्हणजे पदमपदला समजायला हवं. शादी ठरून राहिलेली. आता ती कुंदन येणार...

कैलाशचंदांचे तीनचार बुढे दोस्त घुसल्यासारखे आत आले.

''आज केसरका गाना?''

''केसर तो बुढी हो गयी.''

कैलाशचंद पुढे झाले. त्यांनी हलक्या आवाजात रुजवात करून दिली,
''छोकरा पदमपदचा दोस्त आहे.''

''छोकरा? छोकरा?''

''त्याची आई गाणारीच आहे. पोरगा स्वत: पढवला आहे. आवाजी फुटून
अजून पुरी स्थिरावली नाही आणि आज पहिली मैफल असल्यानं जरा तंग आहे.''

''आवाजी खराब हो गयी? नाईंटिथ सेंचरी युरपमे आवाजी के लिये छोकरों
को क्या करते थे, जानते हो?''

''......?''

''उन्हें मरद होने ही नहीं देते.''

सोड्याच्या बाटल्या उघडल्यासारखे हसल्याचे आवाज झाले.

''जमाना चला गया... केसर नही, अच्छे लौंडे नही...''

सुस्कारे सुटले.

कैलाशचंदांनी त्यांना बसवून घेतलं. दिवाणखान्यावर नजर फिरवली. पुरेसे
लोक आहेत असं पाहून नरेनला खूण केली.

नरेननं सुरूवात केली. 'यमनाला घडाभर तेल घालू नको.' अशी आईची
सांगी ध्यानात ठेवून अर्ध्या तासाच्या हिशेबानं आलाप आवरते घेतले. माणसं
अधूनमधून येत राहिली.

राग अगदी संपता संपता पदमपद आला. येता येता त्या कॉलेजकन्येकडे
पाहून त्यानं खास स्मित केलं. आणि मग 'बहोत अच्छा' असं ओरडत पुढे आला.
अगदी समोर येऊन बसला. सुरूवातीपासून धड लक्ष न देता, क्षणाक्षणाला माना
हलवीत दाद देऊ लागला. प्रत्येक जागेला 'क्या बात है' म्हणत राहिला.

नरेनला विरसल्यासारखं झालं. सूर एकेकटे लागत होते. एकमेकांना त्यांची
आच नव्हती. उचल देईल असं कुणी समोर नव्हतं. साचलेल्या पाण्यात वाळकी
पानं बुडावीत, तसे सूर जागच्या जागी थिजत होते. समोर पदमपद निर्थक दाद देत
होता.

अजूनही लोक येतच होते. पायांतल्या साखळ्या रुणझुणवीत कुंदन आली–
पदमपदची वाग्दत्त वधू. तेवढ्याच पिढीजाद श्रीमंत उद्योगपतीची मुलगी. मॅरेज ऑफ
टू इंडस्ट्रियल हाउसेस. कुंदनशी ओळख करून दिली होती पदमपदनं, पण तिची
शांत संगमरवरी मुद्रा, मोजके शब्द, नरेनला तिच्याशी बोलायची भीतीच वाटायची.

तिच्या गळ्यातील प्लॅटिनमची साखळी, त्यावर हिऱ्याचं पदक, बोटातली मोठ्या एका हिऱ्याची अंगठी, हिऱ्याची कर्णभूषणं म्हणजे आज कुंदन एकटी आलेली नाही. निदान तिच्याबरोबर ड्रायव्हर गाडी घेऊन आलेला असणार. गाणं सुरू असताना आज तरी पदमपदला तिच्याबरोबर सटकता यायचं नाही. तो चडफडणार. पण एका अर्थी बरंच झालं. आधीच उशिरा आला आहे. आता शेवटपर्यंत बसेल, नीट ऐकेल.

यमन संपवून नरेननं केदारमधल्या मध्य लयीतल्या चीजेची सुरुवात केली. अजूनही आळसावून बसलेले लोक जरा जास्त पुढे सरसावले, दाद देऊ लागले. जाणकारीनं नाही, तरी मनापासून ऐकू लागले. 'वाह' असा उद्‌गार अधूनमधून निसटू लागला. मधल्या एक-दोन अवघड जागा सहज जमून गेल्या. त्यात एकदा कुणी विशेष दाद दिल्यानं तीच जागा पुन्हा जशीच्या तशी घेऊन दाखवली. 'पाठ केल्यासारखं घडाघडा गाऊ नकोस.' असं आई म्हणाली होती, ते ध्यानी धरून ताना नवेपणानं घेतल्या. फिरत्या तानांनी सुरांना जरा उभारी आली. समोर बसलेल्या त्या कॉलेजन्यकेची मान नकळत दाद देऊ लागली.

तरी अजून ते सूर सापडले नव्हते. दुसरं कुणी आपल्या गळ्यातून गाऊ लागल्यासारखे, मनाबाहेरचे, मीपण नसलेले, अतींद्रिय, आपण गात असून आपल्यालाच स्तिमित करणारे ते अशरीरी सूर लागावे, मग श्रोत्यांच्या माना हलायच्या थांबाव्या.

गुलामबक्षांच्या मैफलीत तटस्थ झालेले हजारो श्रोते अनेकवार पाहिले होते. श्रोत्यांनी रोधून ठेवलेल्या श्वासांचा खोल संथ आवाज, चीज संपल्यावर टाळ्या द्यायचं भान हरपलेली शांतता... मीपण हरवलेले सूर, मीपण हरवलेले श्रोते. सूरसंवाद... एकदा तरी तसे सूर लागावेत; एक तरी श्रोता स्तब्ध व्हावा.

अजून तरी काही नाही, चीज संपली. दमछाक झाली. ग्लासावरचं झाकण काढून पाण्याने दोन घोट घेणार, इतक्यात पदमपदनं हातातला ग्लास काढून घेतला आणि नोकराला खुणावून दुसरा पुढे केला. ग्लासातला घोट घशाला चटके देत गेला.

काय म्हणावं, असा विचार करीत सूर गुणगुणतानाच पदमपद म्हणाला, "अब वो होरी होने दो... ना रंग डारो..."

मनात घोळवीत असलेल्या ठुमरीचे स्वर सावरीत नरेन म्हणाला,

"ती नको रे. फारच उंच जाते. आवाज पोचायचा नाही. ठुमरी म्हणतो, पानी भरन चली..."

डोळा मारीत पदमपदनं 'ना रंग डारो'चीच फर्माईश केली. त्याचा शब्द मोडण्याचं जिवावर आलं.

"समोरचे सांगतील ते ते गात राहिलं तर गाणं पडतं." आईनं अनेकवार बजावून सांगितलं होतं.

आई सांगते ते सारंच खरं नसतं. "वडिलांचं नाव मंगेश. तुझ्या लहानपणीच ते वारले." आईनं अनेकदा बजावून सांगितलं होतं, ते कुठे खरं होतं? अगदी अलीकडे संदेह आला. कसंबसं धीर करून विचारलं. आईची कसलीच चलबिचल दिसली नाही. तिच्या नेहमीच्या उंच, कमावलेल्या आवाजात दृढ शब्द आले होते, "तुझ्या अठराव्या वाढदिवशी सांगेन."

म्हणजे अजून चार महिने...

शेखरमियांकडे नजर गेली. करंगळीनं दाढी कुरवाळीत ते नरेननं सुरुवात करण्याची वाट पाहत होते. दाढीखाली गालावर खळी असेल?

सगळे कोलाहल झटकीत नरेननं कडाक्यानं 'ना रंग डारो' ला सुरुवात केली. समोरच्या रईसांचं मन राखलं पाहिजे. आवाज त्रास देत होता, तरी जिद्दीनं म्हणून संपवलं अन् मग पदमपदला मध्यंतर अशी खूण केली.

पदमपद पाहुण्यांची सरबराई करायला उठून गेला. अरविंद शेजारी येऊन बसला. "केदार चांगला रंगला रे...", अरविंदला पुढं बोलायला अवसरच मिळाला नाही. शेजारी गर्दी झाली. पातळ-पातळ हसत लोक तारीफ करू लागले. "क्या होरी है, ना रंग डाऽऽऽऽरो." एकाने बेसूर लकेर मारली. डोळा घालीत पाठीवर थाप दिली.

नोकरांनी खायला प्लेट्स भरून आणल्या. बरोबर पेले, बाटल्या, बर्फ, सोडा. पदमपद ग्लास भरून नरेनकडे घेऊन आला.

"नको मला..." आईनं घेऊ नको म्हणून सांगितलं होतं, त्याची त्रासदायक याद आलीच.

"ही मूंछ वाढवून ठेवली आहेस आणि एक पेग घ्यायला डरतोस? मग मूछ काढून तरी टाक!" गालाला हात लावत पदमपद म्हणाला.

तिरीमिरीनं नरेननं झटक्यात ग्लास रिकामा केला. पदमपदनं पुन्हा भरून हातात दिला. विचित्र कडवट चव, पोटात सुरू होणारी आणि नंतर अंगभर पसरवणारी नवथर, हवीहवीशी थरथर...

शेखमियांनी इकडेतिकडे पाहत सराईतपणे चारपाच ग्लास रिचवले. निर्विकारपणे. लोक तोंडात वेफर्स भिजवीत बोलत होते. कैलाशचंदाजवळ बसलेल्या घोळक्यात वाह्यात विनोद सुरू झाले होते.

चित्रा तशीच बसून होती. नौकरानं तिच्याही हातात प्लेट भरून दिली होती. पण कुणी बोलायला जवळ आलं नाही. खायला सुरुवात करणार इतक्यात दुर्गाबाई

हलक्या पावलांनं आल्या आणि लेकीला घेऊन गेल्या. रसोईतला पसारा आवरतानाच त्यांच्या ध्यानी आलं होतं, पण चित्रा अगोदरच गेलेली. पदमपद अनेकवार तिच्याशी लघळपणं वागायला पाहतो, त्याविषयी कुणी चकार शब्दानं त्याला बोलत नाही. चित्रा मैफलीत नुसती बसल्याबद्दल मात्र उद्या चार वेळा ऐकून घ्यावं लागणार.

अरविंद, श्याम, विलास एका कोपऱ्यातून बसून खात होते. त्यांच्याजवळ जाऊन चार शब्द बोलावे म्हणून नरेन चुळबुळत होता. पण पदमपद आडव्या रुंद अंगानं अंगावर आल्यासारखा बसला होता. पुन:पुन्हा ग्लास भरून देत होता. एकदा साफ साफ नाही म्हटलं, तेव्हा हनुवटीला हात धरीत त्यानं आपल्या हातानं ग्लास नरेनच्या तोंडाला लावला. कोंडल्यासारखं वाटत होतं. जीव गलबलत होता. घाई कुणालाच दिसत नव्हती. रात्र चढत चालली होती. हळूहळू लोक पुन्हा येऊन बसत होते. गर्दी निम्मी हटलेली दिसत होती. समोर बसून नकळत दाद देणारी ती कॉलेजकन्यका दिसत नव्हती.

कैलाशचंदांनी पाहिलं. चित्रा दिसत नव्हती. खायच्या पदार्थांना स्पर्श करून, सासूचा नीट निरोप घेऊन, कुंदनला पोचवून आल्यावर पदमपदची नजर चित्रा बसली होती तिथे वळलेली कैलाशचंदांनी पाहिली, पण धडपडत उठून तो रसोईत गेला नव्हता. मैफलीतच बसला होता.

आता शेवटपर्यंत आपण बसून राहण्याची गरज नव्हती. बसवतही नव्हतं. आता नुसतं बसूनही गुडघे दुखतात. मांड्यांना रग लागते. देह एकट्यानंच आडवा करावा वाटतो. जाने दो! जवानीत षौक करावे, बुढाईत पोरांचे पाहावे. नरेनला निरोपाचा नमस्कार करून कैलाशचंद उठून गेले.

मैफलीला हळूहळू अगदी खाजगी बाज आला होता. पदमपद नरेनच्या अगदी ठाण समोर, हातभर अंतरावर बसला होता. नरेन मालकंसाचे सूर गुणगुणत होता. पुन्हा धीमी लय पकडायची. आता समोर राहिलेली माणसं खरी षौकीन. उपचाराची सारी उठून गेलेली. मालकंस रंगला पाहिजे. आता मात्र आईनं सांगितलेले, शेखमियांच्या हाताखाली घटवून घेतलेले सारे कायदे पुरेपूर वापरायचे, कसूर होऊ द्यायची नाही. शेखमियांच्या तोंडाची दाद घ्यायचीच.

पदमपदनं आऽसुद्धा लावू दिला नाही. अनेकदा त्याला गुणगुणून दाखवलेल्या त्या उडत्या कजरीची फर्माईश केली. तरी नरेननं मालकंसाचे सूर जरा जरा घेतले. पण ऐकेना, जुलूम केला.

कजरी इतकी उंच व द्रुत घेतली गेली की, दहा मिनिटांत दमछाक झाली. पण श्वास घ्यायला फुरसत मिळाली नाही. नरेनला कबजात घेत पदमपदनं पुन्हा

फर्माईश केली. एक संपता दुसरी, दुसरी संपता तिसरी. अशा हलक्या-फुलक्या रंगढंगाच्या चीजा गाऊन श्वास सुटेनासा झाला. गळ्याच्या शिरा आतून टचटचीत जाणवू लागल्या. चढती रात्र, वाढती लय, बहकत उंच चाललेले सूर... पुन्हा सुरुवात केल्यावर शेखमियांच्या नजरेला नजर दिली नाही. सतारिया आणि तबलियाची लढत होते, तशी पदमपदशीच आपली लढत लागली आहे. आपलं सरतं अवसान शेखमियांनी सराईतपणं हेरलं आहे आणि पदमपदला निर्विकार साथ दिली आहे.

पदमपदची आपल्या मांडीला चिटकलेली मांडी आणि त्याच्या अंगाचा नाकात भरलेला श्वापदासारखा उग्र दर्प, नको नको वाटत होते. आता तंबोरा खाली ठेवावा, शेजारीच मान ठेवावी, डोळे मिटून घेऊन स्वस्थ पडून राहावं.

शेवटी उपचारापुरती भैरवी म्हणून मैफल संपवली; कशीबशी... चार जणांनी पाठीवर, मांडीवर थापा मारून दिलेली शाबासकी, निरोप... शितावळ संपल्यावर उडून जाणाऱ्या कावळ्यांसारखे भराभर निघून जाणारे लोक. पदमपदचा पाठीवर रेंगाळणारा हात... गात्रागात्रांत भरून आलेला शीण...

पण 'ये बात है बेटे' अशी शेखमियांची दाद सबंध मैफलीत एकदाही नाही.

''पदमपद, निघतो आता.''

''अरे यार, अभी तो खानापिना–खाली गानेसे नहीं होता! डिनर इज रेडी. गो, हॅव अ वॉश फर्स्ट, बेटर स्टिल हॅव अ बाथ इन माय टब अँड स्लीप हियर.'' हातात ग्लास देत पदमपद म्हणाला.

''तानपुरे, तबले घरी न्यायचे आहेत. आईला मैफल सांगितली पाहिजे. वाट पाहील.''

''छोड यार, मैफलीची खबर घेऊन शेखमियाँ गेले आहेत- आपल्या घरच्या गाडीतून तबले-तानपुरे गेले आहेत.''

शेखमियाँ इतक्या रात्री आईकडे गेले? आपल्याला इथं ठेवून? एकटे? न सांगता?

चार महिन्यांनी आई शेखमियाँचं नाव घेईल? की दुसऱ्या कुणाचं? की... की... तिला माहितच नसेल...?

गरगरत होतं. समोर काही दिसत नव्हतं. पायांत त्राण नव्हतं. नरेननं ग्लास ओठाला लावला.

पदमपद नोकराला आपल्याच खोलीत नरेनचा बिछाना करण्याची सूचना देत होता.

नरेनचं लक्ष नव्हतं.

◆◆◆

४. चुलीतली लाकडं

चुलीत सुक्या लाकडांचा जाळ चांगला सरसरीत पेटला होता. चुलीवर भाकरीचा तवा होता. वैलावर भगोलं. भगोल्यात पाणी उकळत होतं. तव्यावर आत्ताच बयोनं भाकरी टाकली होती.

पंधरावं नुक्तं सरलेली बयो, चुलीतल्या लालपिवळ्या ज्वाळांकडे टक लावून पाहत होती. तिची तंद्री लागली होती. काल रात्री झालेलं भांडण मनात घोळत होतं.

"सासूबाई जरा काही म्हणाल्या, की लगेच आपण मारता कसं मला?" नवऱ्याच्या हातून तीन-चारदा फटके खाल्ल्यावर काल पहिल्यांदाच धीर करून तिनं विचारलं होतं.

"आई 'बायल्या' म्हणाली, की नुसता संताप येतो मला."

"आणि आता वन्संनीदेखील तोच शब्द उचललाय."

"पण मी नाहीच आहे मुळी बायल्या! मग का म्हणावं त्यांनी असं एकसारखं?"

"त्यांनी का म्हणावं ते त्यांचं त्यांना माहीत. पण पुनःपुन्हा सासूबाईंच्या आणि आपल्या हातचा मार खायला मी काही इथं राहायची नाही."

दोन महिन्यापूर्वी गर्भाधानापुरती शहाणी झालेली, पण अजून बायकोपणात न मुरलेली बयो, आणि नीटशी दाढीमिशीदेखील न उमटलेला पोरकट गणपती– तिचा नवरा–दोघंही तावातावानं बोलत होती.

"राहायची नाहीस म्हणजे? काय करशील?" आपल्याला न घाबरता बायको तोंड वर करून बोलत्येय, म्हणून गणपतीला

संताप येऊ लागला होता. ''काय करशील ग? माहेरी जाशील? तरी बरं, एकदा रागानं मोठी माहेरी निघून गेलीस, तर बापानं उलट पावली इथं परत आणून घातलीन, आणखी वर नाक घासून पोरीचे अपराध पोटात घ्या, म्हणून विनवण्या करीत तासन्तास उभा राहिला होता दारात.''

''माझ्या वडलांना अरेतुरे करण्याचं कारण नाही काही.''

''मला धमक्या देतेस तू? आणि काय असं मारलंय मी तुला, ते जाब विचारतेस मला?''

शब्दानं शब्द वाढून मोठं भांडणच झालं होतं. गणपतीनं बयोला एक थप्पडही दिली होती. चार लोकांसमक्ष नवऱ्यानं मारल्याइतकी जरी मानहानी झाली नसली, तरी ती थप्पड खाल्ल्यावर बयो संतापानं धुमसूनच निजली होती. वेगळी.

वैलावरच्या भगोल्यातलं पाणी आटून ते केव्हाच खडखडीत झालं होतं. तव्यावरची भाकरी करपून तिचा जळका वास सुटला होता.

''कुठं डोळे लावून बसल्येस? अगो, लक्ष असतं कुठं तुझं? करपली ती भाकरी! जळून कोळसा झाला पार.'' सासूबाईचे शब्द कानी आल्यावर भानावर येत बयोनं घाईघाईनं तवा उतरवला. करपलेली भाकरी तव्यावरून खरवडून काढून घासायच्या भांड्यात टाकली.

''म्हंज्ये? टाकून का द्यायचीये ती भाकरी? जरा इवलीशी करपली, म्हणून काय झालं? आपल्याच हातानं करपली ना? मग जेवायला स्वतःच्या पानात नाही का वाढून घेता यायची?''

बयो गोंधळली. खरकट्या भांड्यांत टाकलेली भाकरी उचलावी कशी ते तिला कळेना.

''सोन्यासारखं अन्न फेकून देण्याइतका का माज आलाहे?''

खरकट्या भांड्यांत ओतून ठेवलेल्या पाण्यात तरंगणाऱ्या भाकरीकडे बयो अजूनही नुसती पाहत राहिलेली बघून तिच्या सासूच्या अंगाचा भडका उडाला. ''अजून भाकरी उचलायला हात पुढं होत नाही तुझा? थांब हो– चांगली अद्दल घडवल्याखेरीज तू यायची नाहीस शुद्धीवर.'' बोलता बोलता सासू झपाट्यानं पुढं झाली आणि तिनं चुलीतलं पेटतं लाकूड उचललं.

तडतड उडणाऱ्या लाह्यांप्रमाणं शब्द कानी पडत असता एकदम काय झालं ते बयोला क्षणभर समजलं नाही.

''स्– स्स्–हाय हाय–''

''आली का शुद्ध आता तरी?''

चटक्याची कळ मस्तकात शिरली मात्र. इतका वेळ गोंधळून बसलेली बयो

तिरमिरून उठली आणि सासूकडे न पाहताच माडीचा जिना चढू लागली.

"अगोबाई! इतकं का भाजलंहे? का सैंपाक करताना बसत नाहीत चटके कधी कुणाला, तर काम अर्धंच टाकून आधी माडीवर हवंय जायला?"

हा सगळा कडकडाट ऐकून नणंद तिथं येऊन हजर झालीच होती. ती फुत्कारली, "गणपती नाहीये हो माडीवर आता."

"उतरत्येस की नाही जिना? का सांगू संध्याकाळी गणपतीला तुझी थेरं?"

"का डोळे मोडून गणपतीकडे पाहिलं म्हणजे तो विरघळेलसं वाटतंय?" नणंदेनं पुन्हा एक विषारी चावा घेतला. "त्या भ्रमात नको बरं राहू. एकदा तू पळून माहेरी गेल्यापासनं चांगले डोळे उघडलेत त्याचे. आणि तो बिथरला आणि मारायला लागला, की ऐकतोय का काय कुणाला? मलाच सोडवायला यावं लागेल हो मग!"

माडीवर आल्याआल्या अर्धीपाव घटका बयोनं अगदी ओक्साबोक्शी रडून घेतलं. संतापानं येणाऱ्या हुंदक्यांचा जोर आवरेना, तेव्हा पदराचा चोळामोळा तोंडात कोंबून कढ जिरवले आणि मग ओठावर दात रोवीत एक लुगड्याचा बोळा आणि दोन चोळ्या तिनं एका पिशवीत भरल्या. ओचापदर सारखा करून ती तयार झाली. स्वयंपाकघरात कडकडणारे शब्द बंद पडले, सामसूम झाली असं पाहून, कानोसा घेत शिकाऱ्याच्या तावडीतून सुटणाऱ्या सावजाप्रमाणं निसटून तीरासारखी घराबाहेर पडली. माहेरच्या वाटेला लागली.

पायाखालची परिचयाची वाट भराभर सरत होती. इतका वेळ दुःखसंतापानं भानच गेलं होतं. पण वाट सरू लागली, तशी मागलंपुढलं आठवून छातीत धडधडायला लागलं.

घरी पोचेन तेव्हा तात्या घरी असतील की काय? नसतीलच. कचेरीत गेले असतील. आई? आई काय म्हणेल? आणि कशी असेल? तीन वाराची ओली बाळंतीण ती. तब्येत तरी ठीक असेल का तिची? आपली तान्ही बहीण कशी असेल दिसायला? आपल्यासारखी, वच्छीसारखी का वारीसारखी? आई बाळंतीण; वच्छी तशी लहानच आहे अजून. आपण गेलो की आधार होईल आईला. धाकटीला सांभाळायला, घरात कामात मदत करायला. चौथी मुलगीच झाली म्हणून तात्या संतापले असतील. आईची अगदी खच्चून निराशा झाली असेल. किती आशेवर होती बिचारी. धक्काच बसला असेल तिला. कुणी नीट पाहत तरी असेल का धाकटीला? आपण त्या मानानं किती नशिबाच्या! पहिली बेटी धनाची पेटी म्हणून समजूत तरी करून घेतली सगळ्यांनी. शिवाय आजीचा आईशी किती उभा दावा असला, तरी पहिलं नातवंड म्हणून आपलं कौतुकच केलं तिनं. किती लाड केले

हिशेब नाही. धाकटीच्या नशिबी यातलं काही नाही. आपण जाऊन धाकटीला जीव लावायचा. नाहीतरी आपल्याला तरी आता दुसरं काम काय आहे? या वेळी काही कुणी आपल्याला सासरी नेऊन घालीत नाही. खरं तर आई-तात्यांनी मागल्या वेळीच ठेवून घ्यायचं. सासरी मारलं होतं. भाजल्याचा डाग होता. आईला डाग दाखवल्यावर ती किती कळवळली होती. डोळ्यांतून टपाटपा टिपं काढली होती तिनं. म्हणाली, ''कसं ग व्हायचं तुझं बयो? असं सासर कसं आलं नशिबी तुझ्या? आणि आता परत गेल्यावर तर फाडून खातील सगळी.''

''पण मला परत जायचंच नाहीये मुळी.'' असं म्हणता म्हणता आईनं आपल्या तोंडावर हात धरला.

''नको गो नको असलं वेडवाकडं बोलू. त्या सुंदरला टाकलीय शेजारच्या, बघ तिची स्थिती जरा.''

''का? काय वाईट आहे तिचं? आता तर तिला तिच्या बाबांनी शाळेतदेखील घातलंय.''

''अग बयो, बाईचा जल्म. नवरा, संसार, मुलंबाळं– सगळं सोडून एक शाळा शिकली म्हणजे पुरे?''

''पण डागूनभाजून घेण्यापरीस तर बरं ना ते? तात्यांना दाखवते मी डाग.''

''दाखव डाग आणि सांग काय सांगायचं ते. पण नुसतं संतापायचं होईल. लगेच तुला सासरी नेऊन घालणं होईल.''

आई म्हणाली तसंच झालं.

तात्या म्हणाले होते, ''एवढंतेवढं भाजल्याचं काय मोठं स्तोम माजवलंय? तेवढ्यावरनं न विचारतापुसता निघून आलीस उठवळपणानं? ऊठ. चल माघारी. सासवेच्या जरा नीट आज्ञेत वागत जा.''

''पण तात्या–''

''परत जायचं नाही म्हणे! तू कायमची इथं येऊन बसलीस अशी, तर वच्छीचं नि वारीचं लग्न कसं व्हायचं? ते काही नाही. चुलीतलं लाकूड चुलीतच जळलं पाहिजे. ऊठ, ऊठ.''

आपण पुन्हा नेटानं वाद घालायला सुरुवात केल्यावर तात्यांनी एक मुस्काटात ठेवून दिली आणि आपला हात धरून ते सासरी घेऊन आले.

सासरी सासूबाईंनी तात्यांना चांगलं जामलं होतं.

''माहेरी राहायचं असलं तर राहू दे तुमच्या मुलीला. इथं का काही अडून पडलंय तिच्यावाचून? गणपतीनं तर चौकशीसुद्धा केली नाहीन् हो–''

''माफी करा एकवार बयोला. तिची आई अगदी बाळंत व्हायला टेकलेली.

त्यात प्रकृती बरी नाही. काळजी वाटली आणि अविचारानं आली निघून. तिच्या वतीनं मी क्षमा मागतो आपली. नाक घासतो आपल्यापुढं.''

''तुम्ही नाक घासून काय व्हायचंय? तुम्हांला का नांदवून घ्यायचंय? काय ह्या मुलीला म्हणावं तुमच्या? नवी थेरं सगळी! न सांगता निघून गेली! आमच्या काळी कुणी असं केलंच नसतं आणि केलं असतं तर तिला कुणी सासरी परत घेतलं नसतं. पण हल्लीची मुलं ही! गणपतीला हवी असेल हो असलीसुद्धा बायको! डोक्यावर मिरे वाटणारी! डागाळलेली!''

''डागाळलेली? म्हणजे?'' तात्यादेखील जरा चक्रावले.

''ही काल घरातनं एकटी बाहेर पडली, ती आत्ता दिसतेय. म्हणजे गेल्यापासनं ही कुठं होती आणि कुणाचा हात धरून फिरत होती, का कुठं शेण खायला गेली होती, कसं समजावं आम्ही?''

''असं नका म्हणू भलतंसलतं. आई आजारी– त्या काळजीनं आली. अविचार झाला. पण पोरवय आहे. आपलीच मुलगी म्हणून अपराध पोटात घाला. मी जन्माचा ऋणी राहीन तुमचा.''

''पोरवय का आहे अजून? शहाणीसुरती झाली, तिला पोर व्हायची वेळ आली, तरी कुक्कुलं बाळ राहिलेलं दिसतंय. का दूध पितेय अजून आईच्या अंगावर?''

सासूबाई लाख तऱ्हांनी बोलल्या. सगळी दुपार तात्यांना आणि आपल्याला दाराबाहेर उभं करून ठेवलं. शेवटी संध्याकाळी मामंजी आले. त्यांना वहाणा काढायला न देता तात्यांनी त्यांच्या पायावर लोळण घेतली तेव्हा कुठं आपल्याला घरात घेतलं.

तेव्हाची ही गत. आता या वेळी घेणारच नाहीत आपल्याला परत सासरी. तात्यांनी नेऊन पोचवलं तरीसुद्धा. तात्या नेणारच नाहीत. गेल्या वेळीच किती अपमान झाला होता त्यांचा.

रागावतील आपल्यावर. मारतीलही एखादे वेळी. पण सासरी डागूनभाजून घेण्यापेक्षा परवडलं. आणखी आई आहे ना. ती आपली बाजू घेईलच मुळी. सांगेल तात्यांना.

दाराची कडी वाजल्यावर यशोदाबाईंनी येऊन दार उघडलं. बयोला समोर पाहिल्यावर त्यांचा चेहरा मेल्या माणसाचं भूत पहिल्यासारखा झाला. आपल्या डोळ्यांवर हात फिरवीत त्या म्हणाल्या, ''तू? बयो तू?''

दोघी मायलेकी समोरासमोर उभ्या. सारखी उंची, सारखी अंगलट. सहज

पाहणाऱ्याला कोणती आई आणि कोणती मुलगी ते उमगू नये. दाराच्या आतबाहेर स्तंभित उभ्या. आरशात प्रतिबिंब पडल्याप्रमाणं. उगीच जराजरा फरक असेल तेवढाच. एकीचा खोपा, दुसरीच्या केसांचा अंबाडा. चार बाळंतपणांनी एकीचं अंग किंचित सैल झालेलं. दुसरी लाकडी बाहुलीप्रमाणं जिथल्या तिथं ठीक.

"तू कुठून आलीस बयो?" यशोदाबाई वेड्याप्रमाणं तिचं अंग चाचपीत विचारीत होत्या.

"आई, आई, अगं असं काय करतेस?"

अंग चाचपीतच त्या म्हणाल्या, "मला वाटलं, सीताकाकूंसारखं झालं की काय?"

आईचा तसला चेहरा, वेड्यासारखं पाहणं, अंग चाचपणं पाहून बयोला धस्स झालं होतं. ती आपसूकच म्हणाली, "काय झालं सीताकाकूंना?"

किंचित सुस्कारा सोडून त्या म्हणाल्या, "अगो, आठ दिवसांमागली गोष्ट. एकाएकी अवचित त्यांच्या दारात त्यांची बहीण उभी दिसली. बरोबर ना माणूसकाणूस, ना सामान. सुटसुटीत एकटीच आपली. 'अगो दुर्ग्ये तू? अशी कशी आलीस न कळवता?' तर काही बोलेचना. नुसती टकटक पाहत होती. 'आणि गर्भार ना होतीस? का नासावलीस? पण दिवस तर पुरे झाले ना आत्तापावत?' तर म्हणाली, 'तुला भेटायचं राहून गेलं होतं म्हणून आल्ये.' मग बसली. सीताकाकूंना म्हणाली, 'ताई, एक कप कॉपी करुन दे मला. तुझ्या हातची प्यावीशी इच्छा झाली आहे.' सीताकाकूंनी कॉफी केली. हिनं प्यायलीन. त्यांनी रिकामी कपबशी विसळायला उचलली, पण तशीच हातात धरून कायसं म्हणायला माघारी वळल्या तर काय? कुणी नाही. बहीण नाही न् काही नाही. दचकून इकडेतिकडे बघितलं. हाका मारल्या. हूं की चूं नाही. भास म्हणावा, तर उष्टी कपबशी तशीच हातात.

मग दुसऱ्या दिवशी पत्र आलं, बहीण बाळंत होतानाच गेली."

इतका वेळ स्वंपाकघरातून रोंऽ रोंऽ असा आवाज येत होता. बयोचं लक्षच नव्हतं. ती आपली आईचं बोलणं ऐकत उभी होती दारातच मंत्रमुग्धासारखी. इतक्यात एकदम आगीवर पाणी पडल्याप्रमाणं आवाज होऊन जळक्या दुधाचा वास आला. बयो आत धावली. स्टोवरल्या पातेल्यातलं दूध उतू गेलं होतं. मागोमाग यशोदाबाई आत आल्या, पण दुधाकडे न पाहताच त्या पाळण्याकडे वळल्या. आणि कावऱ्याबावऱ्या मुद्रेनं म्हणाल्या, "पाहिलंच नाही तान्हीकडे किती वेळात मी!"

बयोनं स्टोची किल्ली सोडली. पदरानं दुधाचं पातेलं खाली उतरवलं. आणि चुकचुकत दुधाकडे पाहत ती म्हणाली, "दूध सगळं उतू गेलं ग आई!"

यशोदाबाईंच्या कानी गेलंच नाही. बयोला आश्चर्य वाटलं. दुधाचा थेंब उतू गेला तर तिघी बहिणींना एकदम फैलावर घेणारी आई! आज भस्सदिशी एवढं दूध एकदम उतू गेलं, तर बघतदेखील नाही!

आल्या आल्या आपल्याला दारातचं उभं करून ते तसलं बोलणं, आता हे असलं वागणं!

आजूबाजूला पाहिलं, तर घराला कळासुद्धा काय आली होती? स्वयंपाकघरात सगळा अस्ताव्यस्त पसारा पडला होता. नेहमी सोन्याप्रमाणं चमकणारी पितळेची भांडी. त्यांवर ढग आलेले. कचरा, सकाळी निवडलेल्या भाजीची डेखं जागच्याजागी तशीच. पाणी न ओतल्यानं खरकटी भांडी तशीच वाळून गेलेली. कधी नव्हे ती घराची अशी अवस्था पाहून बयोला वाईट वाटलं. आई बाळंतीण. एकटी. हाताशी कुणी धड समजूतदार बाईमाणूस नाही. रया जाईल नाही तर काय? बयो कळवळून गेली. आता मी आल्येय म्हणून सांगावं, दिलासा द्यावा म्हणून बयो उठली.

"आई, ए आई" म्हणत म्हणत आईच्या मागं गेली. यशोदाबाई कसलीच दखल न घेता पाळण्याशी उभ्या होत्या. मुलगी डोळे उघडून न दिसत्या डोळ्यांनी पाहत होती. बयोनं बहीण पाहिलीच नव्हती. ती किंचित उत्सुकतेनं पुढं झाली.

"आई, कुणासारखी दिसते ग ही?" असं म्हणत तिनं पाळण्यात हात घातले.

बयो तिला उचलणार, इतक्यात तिचे हात यशोदाबाईंनी हिसडून टाकले.

"हात लावायचा नाही तिला कुणीदेखील!" त्या जरबेनं म्हणाल्या.

"बघू दे ना आई, कुणासारखी दिसत्ये ही. माझ्यासारखी आहे नाही? बारसं का नाही केलंस तू अजून? काय नाव ठेवायचं ठरलं?"

"तान्हीच्या बारशाला म्हणून का तू आलीयेस? तरी मी विचारच करत्येय, अशी एकदम कशी आलीस म्हणून?"

"केव्हा आहे बारसं?"

"केव्हा न् काय? कुणाला आहे तिच्या बारशाचा उल्हास? चौथी मुलगीच झाली ना?"

"का ग असं म्हणतेस आई? चौथा मुलगा असता तर कंटाळली असतीस का? ते काही नाही. तिला बिचारीला अगदी पहिली मुलगी असल्यासारखी वाढवणार आहे मी लाडानं."

"अगो, बारसं करायची मुष्कील. कसले लाड अन् काय? ही झाली तेव्हा म्हणायचं, एकेक कारटी म्हणजे माझ्या गळ्याला एकेक तातच आहे. आत्ता एकीचं लग्न नाही झालं तर आणखी एक आहेच तिची जागा घ्यायला. आणि म्हणायचं,

काय गुण आहेत कारट्यांचे, एवढंसं निमित्त झालं की म्हणे माघारी येते!''

''निमित्त का होतं ते आई?''

''मी अगदी बाळंत व्हायला टेकलेली आणि त्यात आजारी म्हणून तू आलीस काळजीनं मला पाहायला; पण पुरुषांना पटायला हव्यात ना या गोष्टी? काहीतरीच डोक्यात घेऊन बसायचं? तर्कटी स्वभाव! बयो माघारी आली तर तिला आणि तुला विहिरीत ढकलून दोघींच्या नावानं अंघोळ करीन असंदेखील म्हणायचं.''

बयो आतून थरकापली. ''मग काय म्हणालीस तू आई?''

''मी सांगितलं. म्हटलं, लग्न झाल्यादिशीच तू त्या घरची झालीय. या घराला मेलीस आणि त्या घरी जल्मलीस हे माहीत आहे हो बयोला. आणि सासुर वासाला घाबरून माघारी येणारी का आहे माझी बयो? मी आजारी म्हणून मला पाहायला आली होती.''

बयो आईकडे टकटक पाहतच राहिली.

''पण पटायला हवं ना? एकदम डोळे तांबारून मला.. मला...'' यशोदाबाई भेदरल्याप्रमाणं अर्धवट थांबल्या.

''तुला काय आई?'' आईच्या डोळ्यांत भीती उसळलेली पाहून बयोनं गांगरून विचारलं. पाण्यावर फसवं शेवाळं यावं, तसे यशोदाबाईंचे डोळे कसला तरी अपारदर्शी भाव येऊन झाकोळले. ''काय केलं तुला?''

''कुठं काय?''

''अग आई, पुढं काय झालं त्या बोलण्याचं?''

''पुढं? कशाच्या पुढं?''

क्षणभरात यशोदाबाईंना सगळी विस्मृतीच झाली असा भास झाला.

तेवढ्यात वच्छी कुठूनशी धावत आली. लुगड्याचा बोंगा दोन्ही पायांत हिंदकळत होता.

''हे काय वच्छे? शाळा नाही का तुला?''

प्रश्नाला उत्तरच न देता वच्छी उत्साहानं विचारू लागली, ''अक्का, तू आलीस? कशी आलीस अक्का?'' आणि मग बयोच्या हाताकडे लक्ष जाताच किंचित घाबरून म्हणाली, ''हा फोड कसला हातावर?''

तिच्याकडे पाहून तशातही बयोला खुदकन हसू आलं. ''अजून धावाधाव, पळापळ चालूच आहे का वच्छे? लगीन व्हायची वेळ आली ना? पडशील ओच्यात पाय अडकून नि होशील लंगडी.''

''हिच्या लग्नाची बोलणी चालल्येत ते कळलं म्हणून का आलीस तू?''

बयोला चमत्कारिक वाटलं. आपण का आलोय ते आईला अजून कळलं

नाही? वच्छीनं विचारलेला प्रश्नदेखील ऐकू आला नाही? पर शंकाकुशंका बाजूला सारीत ती म्हणाली,"एवढ्यात लग्नाची बोलणी? आई, वच्छी लहान आहे ग अजून! आणि शाळेचं काय तिच्या?"

"शाळेतून नाव काढून टाकायचं झालंय केव्हाच."

"अग पण का आई? माझ्यासुद्धा सहा यत्ता झाल्या आणि वच्छीलाच चार झाल्याझाल्या का काढली शाळेतनं?"

"मागल्या वेळी तुला सासरी पोचवून आल्याआल्या नाव काढायचं झालं"

"अगं, पण शाळेतून काढू नका असं नाही का म्हणाली तू?"

"विचारलं तर म्हणायचं, एकीनं लावलेत दिवे शिक्षणाचे तेवढे पुरे नाही झाले वाटतं?"

बयो चपापली होतीच. तिनं विषय वाढवला नाही. आईची अस्थिर नजर, थकिस्त ओढलेला चेहरा बघून ती म्हणाली, "जाऊ दे ते सगळं आई. तू दमलीयेस. नीज जरा पुढ्यात तान्हीला घेऊन. मी आणि वच्छी आवरतो स्वयंपाकघर."

तर बयोला "तू जेवून आलीएस का?" एवढंही न विचारता यशोदाबाई खरोखरच बाजेवर आडव्या झाल्या.

बयो मुकाट्यानं सैंपाकघर आवरीत राहिली. सगळा कचरा एका ठिकाणी जमा केला. खरकट्या भांड्यात काठोकाठ पाणी ओतून ठेवलं. घरभर विखुरलेली भांडीकुंडी उचलून ती टापटिपीनं नेहमीच्या जागी ठेवायला सुरुवात केली. वच्छी मदत करू लागली. मदत करता करता पोरकट उत्साहानं काहीबाही सांगत राहिली. बघायला कोणकोण आलं होतं, आपण कशा मान खाली घालून बसलो, वर पाहिलंच नाही, मग मुलग्याच्या आईनं चेहरा हातानं उचलून कसं पाहिलंन, असलं लाजत लाजत सांगत राहिली. बयो अर्ध्या चित्तानं ऐकत होती. अर्धे चित्त होतं आईकडे आणि संध्याकाळी तात्या येणार त्यांच्याकडे. शेवटी न राहवून तिनं वच्छीला विचारलंच, "काय झालंय तरी काय? आई कशी काय करतेय भ्रमल्यासारखं?"

"भ्रमल्यासारखं? कुठं? काही नाही बा. वैतागलीय जरा, सगळ्या मुलीच झाल्या ना, म्हणून." वच्छी पोक्तपणं म्हणाली.

"मग काय झालं मुली झाल्या तर?"

"अग अक्का, तुला माहीत नाही. आई बाळंत होऊन ही तान्ही झाली ना, तात्या खूप संतापले. आईला काय काय बोलले. म्हणाले, तू आणि तुझ्या उकिरड्यासारख्या वाढणाऱ्या कारट्या. कुठं आणि कसा पुरा पडणार आहे मी! चार लोकांत तोंड दाखवायचीसुद्धा सोय राहिली नाही मला. कुणी विचारलं तर काय सांगू? मग दुसरंच काहीतरी सांगत होते. यशोदा आणि कृष्ण वगैरे–"

"यशोदा? कृष्ण? म्हणजे?"

"कुणास ठाऊक. म्हणाले, तू कसली यशोदा? त्या यशोदेनं काय केलं आठव. पोटची पोरगी वासुदेवाच्या स्वाधीन केली. पुढलं भविष्य जाणून, समजून. तेव्हा तिला कृष्ण मिळाला. मग सारखं आईला हडसून खडसून विचारीत होते."

"काय विचारीत होते?"

"काय जणं? काहीतरी... आहे तयारी? बोल, आहे तयारी?- असं म्हणत होते."

"बाप रे! मग काय म्हणाली आई?"

"ती तान्हीला घट्ट पोटाशी धरून बसली. पुटपुटत होती, देवाघरचा जीव, कुणी असं करतं का कधी?"

"मग?"

"तर तात्या म्हणाले, हो हो, करतात. देवाघरच्याच गोष्टी सांगतोय आणि आजदेखील करतात, गुजरातेत करतात. पण आई काहीच बोलली नाही. तान्हीला पोटाशी घेऊन बाजेवर निजूनच राहिली. तेव्हापासनं पुटपुटत असते काहीतरी एकसारखं-"

वच्छी गेल्या महिन्यातल्या हकिगती सरमिसळ सांगत राहिली. मध्येच कंटाळली. म्हणाली, "आक्का, पुरे झालं आता काम घरातलं. माझ्याबरोबर सागरगोटे खेळ ना जरा वेळ."

बयो नाही म्हणाल्यावर हिरमुसली. उठली आणि सागरगोटे हातात खुळखुळवीत शेजारच्या घरी खेळायला गेली.

बयोही हात उशाशी घेऊन जरा आडवी झाली. तशीच उपाशीपोटी, डोकं टेकताटेकता तिच्या डोळ्यांतून घळघळा अश्रू आले. रडतारडता तशीच केव्हातरी डुलकी लागून गेली.

बयो जागी झाली तेव्हा उन्हं कलली होती. वच्छीचा पत्ताच नव्हता. तान्ही उठून जरा जरा रडत होती. यशोदाबाई तिला थारवायला बघत होत्या. त्रासानं आणि त्याहीपेक्षा भुकेनं बयोच्या पोटात कळकळत होतं. पण खरी निकड होती वेगळीच. तात्या यायच्या अगोदर आईशी बोलायला तर हवं...

उठून बसता बसता बयोनं सुरुवात केली.

"हे बघ आई, आता मी इथंच आलेय राहायला-"

यशोदाबाई तिच्याकडे वळून पाहत तजेल मुद्रेनं म्हणाल्या, "हा येतोय तो अधिकमास ना गो बयो? अधिकमासात माहेरीच राहायचीस तू. मी वाटच बघत

होत्ये. पण आठ दिवस अगोदरच आणून घालतीलसं नव्हतं वाटलं मला...''

''अधिकमासात म्हणून नव्हे आई.''

''तू अधिकमासात तिकडे असलेलं वाईट जावईबापूंना-''

आपल्याला पुढं बोलायला जरा अवसर न देता आपल्या माहेरी येण्याविषयी आईनं पुढे केलेली ही तिसरीचौथी सबब.

''आई, तू समोर बस जरा अशी. मला बोलायचंय तुझ्याशी.'' बयो निश्चयानं आईचा हात धरीत म्हणाली.

''तान्ही उठलीशी वाटत्ये. बघते हो जरा-''

''मी पाहते तान्हीला. तू बस-''

''नाही. नको. नको. कुणी हात लावू नका तिला.'' घाबरल्या मुद्रेनं हात सोडवून घेत यशोदाबाई उठल्याच. तान्हीला उठवून जागं केलं आणि बळेबळेच प्यायला घेतलं.

आई अशी तरी ठाणबंद झालीसं पाहून बयोनं पुन्हा नेटानं सुरुवात केली. आपला हात आईच्या पुढे धरला. हातावर चांगला रुपयाच्या आकाराचा टरटरीत फोड होता. पाण्यानं घट्ट भरलेला.

''स्वयंपाक करताना भाजून घेतलंस वाटतं बयो? एवढी थोरली झालीस, अजून काही तुझा धांदरटपणा गेला नाही.''

मागल्याच महिन्यात मांडीवरचा फोड दाखवला, तर आईनं अश्रू गाळले होते आणि आज हे असं!

''किती ग भाजून घेतलंस हे!'' बयोच्या नजरेला नजर न देता यशोदाबाई बोलत राहिल्या. ''आग आग होत असेल. थांब, चंदन उगाळून घालते मी.''

''चंदनबिंदन काही नको आई. ऐक माझं जरा तू.''

''आणि बयो, अगो केव्हाची आलीएस तू, मी आपली विचारायचीच विसरल्ये. काही खायजेवायचं नाही का तुला? निदान चहा तरी?''

''काही नकोय मला. आई, तू जरा ऐक.''

''पण मला वाटतंय गो इवलासा चहा पिईनसं. करत्येस का दोघींना घोट घोट?'' बयोचा नाईलाजच झाला. ती उठली. स्टो पेटवायला लागली.

यशोदाबाईंच्या नजरेत अस्थिरपणा आला. ''काय तरी हे माझं! केव्हाची आलीएस तू, मी तुला जेवाखायचं विचारलं नाही की चहाचा घोटसुद्धा दिला नाही. खुशाल आपली लवंडल्ये. थांब हो, काही तोंडात टाकायला आहे का बघत्ये.''

बोलता बोलता त्या उठल्या. डबे धुंडाळू लागल्या. चालताना त्यांची पावलं एकात एक अडखळू लागली. शेवटी एका डब्यातून एक चिकट पेढा काढून त्यांनी

तो बयोच्या हातावर ठेवला.

"आई, बस बरं तू. धडपडू नको स्टोपाशी."

"काय हे माझं वागणं? यशोदा म्हणे! कुठे ती यशोदा! किती माया तिची!" स्वत:शीच पुटपुटत उठून यशोदाबाई पुन्हा धडपडू लागल्या.

"त्या यशोदेनं..." वगैरे पुटपुटत असताना आईचा पाय लागून स्टो आपल्या पुढ्यातच आडवा झाला आणि भडकला, एवढंच बयोला समजलं. ती मोठ्यानं किंचाळली. एका क्षणातच तिचं लुगडं पायापासून आगीनं धरलं. हा हा म्हणता ज्वाला पोटापाठीवरून चेहऱ्यामाथ्यापर्यंत पोचल्या.

तिच्या किंचाळीसरशी आत आलेली वच्छी जाळ पाहून मदतीसाठी ओरडत धावत घराबाहेर पडली.

शेजारीच पुटपुटत उभ्या राहिलेल्या यशोदाबाई, "काय केलं ग बयो हे मी तुला!" असा हंबरडा फोडून पुढं झाल्या आणि त्यांनी बयोला घट्ट मिठी घातली.

दोघी मायलेकींना शेजारीशेजारी चित्ता रचून अग्नी दिला.

बयोच्या नवऱ्याचं– गणपतीचं– तेराव्या दिवशी दुसरं लग्न झालं.

वच्छीनं तान्हीला बरेच दिवस एकटीनं संभाळलं. पण हे असं किती दिवस चालणार? तान्हीला सांभाळायला म्हणून तरी नवी आई आणायला हवी होती. तात्यांनी पुन्हा लग्न करून तान्हीला नवी छोटी आई आणली. पहिलीची आठवण म्हणून तिचंही नाव यशोदा ठेवलं.

नवी आई आल्यावर पंधरा दिवस तीन वारांतच तान्ही आपल्या जुन्या आईच्या भेटीला निघून गेली.

तान्ही गेली म्हणून वच्छी रड रड रडली. पण वर्षाच्या आतच वच्छीला नवा भाऊ झाला. मोठ्या थाटानं बारसं करून त्याचं नाव बाळकृष्ण ठेवलं.

◆◆◆

५. निरुद्देश

मी लहान असताना चाळीत आमच्या शेजारी नाडकर्णी म्हणून बिऱ्हाड होतं. लहानसंच कुटुंब. स्वत: नाडकर्णी, त्यांचा मुलगा आणि सून. मुलाचं नुकतंच लग्न झालं होतं. मला छान आठवण आहे. सोन्याच्या साखळीकरता आईशी भांडून मी लग्नाला गेले होते. नाडकर्णी आणि त्यांचा मुलगा नोकरीवर जायचे, सून आपली घरात असायची.

त्या नाडकर्ण्यांना काय सवय होती की येताजाता बारक्या पोरांच्या चड्ड्या खाली ओढायच्या, पोरींच्या वेण्या ओढायच्या, नाकाचे शेंडे चिमटीत पकडायचे. असल्याच काहीतरी चमत्कारिक खोड्या काढायच्या आणि हसायचं.

चाळीत आमचं बिऱ्हाड त्यांच्या अलीकडे म्हणजे जिन्याकडे; जाताना दहा वेळा गॅलरीतून त्यांच्या घरावरून जावं लागायचं. दहा-अकरा वर्षांचंच वय माझं तेव्हा. तसं काय कळतंय, पण मी आपली माझ्या दोन्ही वेण्या एका हातात घट्ट धरून चटकन त्यांच्या घरावरून जायची. कध्धी त्यांना शेपट्याला हात लावू दिला नाही मी. मला छान आठवतंय.

काही दिवसांनी त्यांनी एकदम आपली नोकरीच सोडून दिली. काहीतरी तऱ्हेवाईकच स्वभाव. काय म्हणे, तर मुलाला इतकी चांगल्या पगाराची नोकरी आहे- काय करायचंय मला नोकरी करून? शिवाय रिटायर झालो तरी पेन्शन मिळेलच. नातवंड खेळवीत बसेन. म्हणजे पाहा! सून अजून गर्भारसुद्धा नव्हती. कदाचित झालं असेल म्हणा ऑफिसात काही. यांना या असल्या

चमत्कारिक सवयी; तिथे ऑफिसात काही गोंधळ करून ठेवला असेल, साहेबांनी दिला असेला डच्चू. तेवढ्या लहानपणी मला काय कळतंय म्हणा. नाडकर्णी एकदम आपले घरी बसले एवढं खरं.

मग काय, चाळे अगदी फारच वाढले. सगळा दिवस मोकळा. बरं, लहान मुलंही चाळीत हवी तेवढी. तेव्हा काही माँटेसोऱ्या-फिंटेसोऱ्या नव्हत्या. तेव्हा सगळा वेळ तोच उद्योग- पोरांच्या चड्डया ओढ, पोरींचे केस ओढ. चाळकऱ्यांनी इतके दिवस फार लक्ष दिलं नव्हतं, पण आता सदाचंच झालं. पोरांच्या आया सुनेकडे येऊन कुरबुरायला लागल्या.

आता ती बिचारी काय करणार? आधीच सगळा दिवस सासऱ्याचा खडा पहारा बसल्यानं अगदी कातावली होती. त्यात या तक्रारी.

असे वर्षे-सहा महिने गेले असतील; जास्त नाही. मला छान आठवतंय. त्यांना आपला अर्धांगाचा झटका आला. आधीच नाडकर्ण्यांचं ध्यान काय? जाडा भद्दड चेहरा, सुजल्यासारखे जाड ओठ आणि ओठात जीभ अडकल्यासारखं जड बोलणं. आता तर ते अगदी बिछान्यालाच चिकटले. तोंडचा शब्ददेखील कळेना. चाळीतली मुलं त्यांच्या जवळ जायलादेखील भिऊ लागली.

सुनेचं मात्र अगदी मरण ओढवलं. घरचं सगळं काम होतंच, त्यात आता सासऱ्याचं हे आजारपण आलं. मुलगा घरी असताना बापाकडे पाहील तेवढं. बाकी सारं सुनेलाच पाहावं लागायचं. एक बरीक झालं. थोडे दिवस पोरांच्या मागचा कहार थांबला.

पण ते किती दिवस! हळूहळू काठीच्या आधारानं नाडकर्णी चालायला लागले. लडबडत गॅलरीत येत. गॅलरीत आरामखुर्ची टाकून ठेवलेली असायची. हातातली वाकडी काठी टेकीत खुर्चीत बसायचे. एकदा बसले की तासन्तास. पोरांना जवळ बोलवायचे वाटतं, पण बोलणं अजून तसंच होतं-बोबडं. एखादं पोर नीट कळलं नाही, म्हणून ऐकायला जरा जवळ गेलं, की पकडून ओढलीच चड्डी खाली. पोरं नाहीच जवळ आली तर काठीच्या वाकड्या दांड्यानं ओढूनसुद्धा घेत.

तर हे नाडकर्णी अर्धांग झाल्यावर आणखी काहीतरी होऊन दोनतीन वर्षात वारले. अर्धांग झालेली माणसं दहा-दहा, पंधरा-पंधरा वर्षेसुद्धा जगतात म्हणे. मला तेव्हा काय कळतंय? नाडकर्णी आपले वारले एवढं खरं. चाळीतली माणसं म्हणाली, ''सुटले बिचारे! अर्धांगाचा झटका आलाच होता. सून इकडे हालच करीत होती.''

मुलगा म्हणाला, ''तसं वय काही जास्त नव्हतं त्यांचं. चालायलासुद्धा लागले होते. एखादं नातवंड पाहिलं असतं तर बरं झालं असतं. असो, सुटलेच

म्हणायचं!''

कसलं काय नि काय! ते कसले सुटले? आम्ही चाळीतली पोरं मात्र सुटलो खरी! मग काही त्यांच्या दारावरनं जाताना शेपटा सांभाळीत जायची गरज उरली नाही. माझे केससुद्धा तोपर्यंत चांगलेच लांब झाले होते.

आणि तेव्हा काय कळतंय म्हणा, पण ती सूनही सुटली बिचारी. तिथून पुढे चांगला राजाराणीचा संसार झाला.

नाडकर्णी आपले तऱ्हेवाईकच होते. पण अगदी आपल्या मैत्रिणीसुद्धा कधीतरी इतक्या चमत्कारिक वागतात!

आता कुंदा, माझी अगदी लहानपणापासूनची मैत्रीण. दोघी बरोबर एस० एस. सी. झालो. दोघींची लग्नंसुद्धा एकदम झाली. तिला एक मुलगी आणि मुलीच्या पाठीवर मुलगा. सगळं कसं दृष्ट लागावी इतकं चांगलं. आपल्याला तसल्यातलं काय कळतंय? दृष्टसुद्धा लागली असेल म्हणा... नाहीतर कुणी दुसरं काही केलं असेल... सोन्यासारखी मुलगी. तिला मॅनेंजायटिस झाला. तिथून पुढं आणखी विकोपाला गेलं आणि ती मुलगी बिछान्याला खिळून पडली. वर्ष झालं. मोठमोठे डॉक्टर झाले. कुंदाला आपलं डॉक्टरनी 'ही हळूहळू सुधारेल' असं सांगितलं.

इतकी सुरेख मुलगी, तिचं आपलं वितिपात ध्यान झालं. चालणं नाही, बोलणं नाही. गँ गँ असा घशातनं एक विचित्र आवाज तेवढा काढायची आणि कुंदा म्हणायची की, ती हे मागते आहे न् ते सांगते आहे. मला तरी ती काय सांगते ते कधी कळलं नाही. कुंदाची आपली साहजिकच आशा सुटेना. मला मात्र मुलगी बिछान्यावरची पुन्हा उठेल असं काही लक्षण दिसेना.

तर एकदा कुंदाकडे गेले होते, तिला बिचारीला भेटायला. त्या दिवशी मुलीला पुन्हा कसलासा ताप आला होता. खूप चढला होता. सीरियसच होतं. कुंदाची, तिच्या नवऱ्याची धावपळ चालली होती. मोठे डॉक्टर आणले होते. हॉस्पिटलमधून ऑक्सिजन मागवला होता.

सगळं आवरल्यावर, डॉक्टर गेल्यावर, मग कुंदा एकदाची बसली. थकली होती. काळजीनं अगदी कोळपून गेली होती. काहीतरी इकडचं-तिकडंच बोलणं काढावं म्हणजे तिला बरं वाटेल, म्हणून मी थांबले. गप्पा मारीत बसले.

बोलताना सुधाचा विषय निघाला. तिची दोन्ही मुलं, नवरा, आता तिचं किती व्यवस्थित आहे.

मी सहज म्हटलं, ''तिच्या पहिल्या मुलाची हकिगत माहिती आहे तुला?''

''अगदी पहिला मुलगा? पंधरा-वीस दिवसांचा असतानाच गेला तो?''

''तोच ग. त्याच्यात जन्मताच चमत्कारिक दोष होता. हॉस्पिटलात नाकात

नळ्या घालून दूध पाजावं लागायचं त्याला. कसाबसा जगवला होता. सगळ्या तपासण्या झाल्या. डॉक्टरनी सांगितलं की तो काही कधी तोंडानं खायचा,प्यायचा नाही. नॉर्मलच नव्हता ग तो.''

''बिचारा पोर...''

''हो ग. तर बरंच झालं, खरं म्हणजे, तो लवकर वारला ते. म्हणजे पाहा त्याचा काही उपयोग होता का कुणाला? त्याच्या स्वत:च्याही जिवाला काही सुख नाही. अगं, पहिल्या दहा दिवसांत हॉस्पिटलमध्येच हजारावर खर्च झाला त्याच्यावर. सगळीकडून नुसता त्रास!''

''पण तो वारला तेव्हा सुधाला किती वाईट वाटलं असेल...''

''तेच सांगतेय ग तुला. एरवी मला कसं कळतंय म्हणा, पण सुधाच्या एका शेजारणीनं सांगितलं. अगं, म्हणाली की, घरी आल्यावर सुधानं त्या नळ्याबिळ्या नाकात पुन्हा लावल्याच नाहीत. मग गेला तो, चार दिवसांत...''

तर कुंदा थरथरत उठून उभी राहिली आणि नाटकातल्यासारखे हातवारे करून म्हणते कशी, ''चालती हो तू इथून! आणि पुन्हा पाऊल ठेवू नको माझ्या घरी...''

मी अगदी थक्कच झाले. म्हटलं, हिचं डोकंबिकं ठीक आहे ना?

''अग कुंदा, अग...'' असं म्हणतेय तोपर्यंत तिनं हाताला धरून मला दारापर्यंत ओढीत आणलं.

मला वाटलं होतं की लगेच नाही, तरी चार दिवसांनी क्षमा मागायला येईल काही नाही आली. माझं काय अडलंय म्हणा. मी काही पुन्हा तिच्याकडे गेले नाही. पण परवा सुधा आणि ती दोघी बरोबर बाजारात भेटल्या. बोलत बोलत चालल्या होत्या. मला पाहून सुधा थांबली. ''बरी आहेस ना?'' म्हणाली. कुंदा आपली न बोलता तरातरा पुढं निघूनच गेली, म्हणजे मी हिचं घोडंबिडं मारलं होतं का काय? एकेक अशी तऱ्हेवाईक माणसं असतात.

तर एकूणच हे मुलाबिलांचं भारी चमत्कारिक आणि धोक्याचं. माझ्या ताईचंच अगदी जवळून पाहिलं आहे ना. गर्भार राहिल्यापासूनच किती त्रास- त्या ओकाऱ्या, डोहाळे, एवढं थोरलं टमाम पोट. धड चालतासुद्धा येत नाही.

ताईनं मला सगळं सांगितलं होतं. पोट किती दुखतं. कसं गुरासारखं ओरडायला होतं. हॉस्पिटलातल्या नर्सेस नुसत्या हसतात. कधीतरी वाकडंतिकडं बोलतात. सगळं ऐकूनसुद्धा अंगावर शहारे आले.

एवढ्यानं तरी संपलं आहे का? मग ते एखाद्या किडीएवढं तान्हं पोर, हगामुतानं भरलेले त्याचे कपडे. एकसारखी किरकिर, गोवर, कांजण्या, सगळे

आजार. रात्रीबेरात्री रडणं, जागरणं. मूलं मोठं होइहोईतो जीव नुसता निम्मा व्हायचा.

आपल्या स्वत:च्या शरीराचंसुद्धा धड नाही. अंग सुटलेलं, ओघळलेलं. पोलक्याच्या ठिकाणी पोलकं नाही, लुगडं अस्ताव्यस्त, सगळा अवतार...

मी आपलं ठरवूनच टाकलं होतं की, लग्न झाल्याबरोबर लगेचच मुलाबिलांचं काही नको. चांगला राजाराणीचा संसार करायचा. अगदी टेसात राहायचं. हौसमौज तर तरुणपणीच करून घ्यायला हवी ना?

पण यांना सांगावं कसं, असं अगदी चुरमुरून होते मनात. नुकतंच लग्न झालेलं. अवघडच झालं असतं सांगायला.

तर लग्न झाल्यावर यांनीच आपणहून सांगितलं, दोनतीन वर्षे काही नको म्हणून. काय योगायोग! मनं कशी आपोआप जुळून आली.

लग्न झाल्यानंतरची पहिली तीन वर्षे अगदी सरसर संपली. घर नटवलं-सजवलं. यांच्या पसंतीच्या नव्यानव्या साड्या घेतल्या. नाटकंसिनेमे पाहिले, सहली आखणाऱ्या कंपन्यांच्यामार्फत दूरदूरच्या ठिकाणी जाऊन आलो. प्रत्येक वेळी नवनवी मोठ्या हुद्दयावरची माणसं भेटायची. ह्यांची त्यांच्याबरोबर, माझी त्यांच्या बायकांबरोबर गट्टी जमायची. मग घरी परत आल्यावर त्या जोडप्यांना जेवायला बोलावणं, दुसरे पार्टीबिर्टीचे कार्यक्रम आखणं. अगदी मी म्हणेन तो शब्द यांनी पडू दिला नाही.

तीन वर्षे झाल्यावर मात्र यांच्या मनात खुसखुसायला लागलं. म्हणाले, ''आता मूल हवं आपल्याला. आणि वेळेवरच झालेलं बरं. उशीर झाला तर पुढं त्रास होतो.''

म्हणजे एकदा मूल झालं की, त्याला सांभाळीत मला घरी बसून राहावं लागणार. हे काय, आपले मोकळेच राहणार. एकट्यानंच चैन करणार. मला मात्र कुठं जाणंयेणं नको की हौसमौस नको. शिवाय त्याचा काय कुठं नेम असतो का? आता सुधाचं, कुंदाचं पाहा. एवढी सगळी मेहनत अगदी फुकटच गेली ना?

मी म्हटलं, ''सुधाचं हे असं झालंय, तिकडे कुंदाचं तसं झालंय. मला काही बाई धीर होत नाही.''

तर म्हणाले, ''अगदी पहिलेच अनुभव त्यांना इतके वाईट आले असले तरी नंतर मुलं झालीच आहेत. ती चांगली आहेत ना? ते काही नाही. काहीतरी निमित्त सांगू नको. घराला पोराशिवाय शोभा नाही.''

आणि आपलं म्हणायचं काय की 'मूल' हवं, पण हवा होता मुलगाच. का तर म्हणे मी माझ्या बाबांना एकटा, बाबा आजोबाना एकटे... वगैरे खूप पूर्वीपर्यंत... अगदी चुलत-चुलत शाखासुद्धा नाही म्हणे, तर मुलगा हवाच. उकिडवे घराण्याला कुलदीपक.

कसलं ते घाणेरडं आडनाव आणि काय तो घराण्याचा अभिमान! जुनाट बुरसटलेल्या कल्पना सगळ्या! बायकांना तेवढं म्हणायचं, तुम्ही मागासलेल्या म्हणून...

म्हणजे मुलगा नाही झाला, तर पुन्हा प्रयत्न करा, पुन्हा प्रयत्न करा. आता एकेकाला चारचारसुद्धा मुली होतात...

पण काही बोलायची सोय होती का? काम अगदी निकरालाच आलं.

गर्भारपणी पहिले तीन महिने पुरे व्हायच्या आतच एक दिवस पोटात अशा कळा यायला लागल्याहेत, गडबडा लोळायचीच पाळी आली. लगेच हॉस्पिटलात जावं लागलं. इतकं दुखलं की कंबर तुटून तुकडे पडणारसं वाटायला लागलं. मोकळं व्हायला तीनचार तास लागले.

हॉस्पिटलमधून चारसहा दिवसांनी घरी आले, तरी जिवाला काही थारा पडेना. हे काळजीनं अगदी खंगून गेले. दिवस नाही, रात्र नाही, डॉक्टरनी सांगितलं ते ते औषध आणून दिलं. पैशाकडे पाहिलं नाही की, जिवाकडे पाहिलं नाही. मी बरी होता होता आपणच आजारी पडले.

मी दुखण्यातनं नीट बरी झाल्यावर डॉक्टरांनी मुद्दाम दोघांनाही बोलावलं. म्हणाले, की काळजी घेतली नाही तर पाचपाच-सहासहा वेळासुद्धा गर्भ अर्धवट पडतो. एक प्रकारे अशी सवयच लागल्यासारखं होतं. तसं काही साधं नव्हे बरं हे. बाईच्या जिवालासुद्धा धोका असतो.

मी तर अगदी घाबरूनच गेले. जिवाला धोका असतो म्हणजे फारच झालं. इतकी विषाची परीक्षा हवीच आहे कशाला? बरं, हल्लीचे दिवस हे असले. सरकारसुद्धा लोकांना नको नको म्हणतंय. नसलंच मूल म्हणून तरी काय बिघडलं?

मी ह्यांना तसं म्हटलंदेखील. तर तेव्हा आपले काही बोलले नाहीत. मला वाटलं की ह्यांना पटलं वाटतं. शिवाय माझ्या तब्येतीला इतके काही जपत. डॉक्टरनी सांगितलेली सगळी औषधं आणून देत. मी औषध घेते का ते वरचेवर पाहत...

पण वर्षसुद्धा उलटलं नसेल, तर परवा भसदिशी आपला पुन्हा विषय काढला यांनी.

मागच्या वेळी कसला प्रसंग आला होता, त्याची आठवण दिली त्यांना मी, तर म्हणाले, "लग्न झाल्यावर तीनचार वर्षे तशीच घालवली हे चुकलंच आपलं. कदाचित त्या गोळ्याबिळ्या घेतल्यानंच हे असं झालं असेल, शिवाय तुझ्या मनातच नव्हतं. त्याचाही परिणाम झाला असेल गर्भावर... जाऊ दे. झालं ते झालं. आता पुन्हा पाहू या..."

"पाचपाच-सहासहा वेळासुद्धा असं होतं म्हणाले होते डॉक्टर..."

"म्हणून जपायला हवं इतकंच. डॉक्टर काही नको म्हणाले नाहीत. जपलंच आहे तुला. पुढंही जपणारच आहे."

"पण जिवाला धोका आहे माझ्या..."

तर म्हणाले, "धोका काय, रस्त्यावरून चालतानासुद्धा असतो. गाडीबिडीनं टक्कर दिली तर? असं म्हणून कुणी काही चालायचं सोडीत नाही. बाळंतपणात धोका असतो, पण घरोघरी बायका बाळंत होताहेत ना?"

"...पण मला..."

"तुझी जरा जास्त काळजी घ्यायला हवी. घेईनच मी."

अगदी निश्चय झाल्यासारखे बोलत होते. मला ओक्साबोक्शी रडूच कोसळलं.

तर म्हणाले, "रडूबिडू नका उगाच. इतका धोका असता जिवाला तर डॉक्टरनी नको म्हणूनच सांगितलं असतं. तसं म्हणाले नाहीत तेव्हा पुन्हा एकदा पाहायला मला तर काही हरकत दिसत नाही."

आणि मग म्हणाले... म्हणाले की, "धोका आहे, धोका आहे म्हणत दिवसाला दिवस चिकटवीत निरुद्देश जगत राहण्यात काय मोठं आहे? तसं पाहिलं तर प्रत्येकाला एक दिवस जायचंच आहे."

६. परतफेड

स्टुडियोत आल्याबरोबर सुजातानं खिडकी उघडली. समोर ओळखीचं कुणी नाही. रस्ता जवळजवळ निर्मनुष्य... मळकं जुनेर अंथरल्यासारखा. मधूनच वरून रक्ताचा थेंब ओघळल्यासारखी वाहून जाणारी तांबडी बस. समोरच्या समुद्राचा गढूळ, लालसर निळा रंग. रंगांनी झिंगत चाललेलं आकाश. मावळत्या सूर्याची चांदीची सुरी पाण्यावर. तिला झळाळती शेंदरी धार.

खिडकीला चिकटलेल्या बदामाची पसरट पानं, हिरवी-तांबडी पडत चाललेली, झडत चाललेली.

वामन रस्त्यावर अजून दिसत नव्हता. कबूल केलेल्या वेळेपेक्षा किमान दहा मिनिटं उशिरा यायचं हा नियम. त्यात आजही बदल नाही.

काहीतरी करायचं म्हणून सुजातानं भिंतीला लावून ठेवलेला चित्रफलक सुलटा केला. वर्षापूर्वी केलेलं बदामाच्या पानांचं चित्रण. प्रसन्न पसरट पानं, हिरवी लाल, गळतानाही रंगानं उजळलेली.

गेल्या वर्षात असलं एकही प्रसन्न चित्र बोटांतून उतरलं नाही. ढगांनी झाकोळलेलं आकाश, मरगळलेला प्रकाश, शेवाळानं गुदमरलेलं पाणी, उकरलेली जमीन, बोडका झाडोरा, कोळणीच्या टोपलीतले मरते मासे. त्यांचे कधी न मिटणारे डोळे...

चित्रांची गेल्या वर्षात फार प्रशंसा झाली होती. एका टीकाकारानं लिहिलं होतं, "या जातिवंत चित्रांवर निराशेची दाट छाया आहे."

रस्त्यावर वामनची आकृती दिसू लागली. गोरापान, नाजूक, मृदू लाघव चेहऱ्यावर असणारा वामन. सुबक कोरीव मिशी, कपडे

नेटके, परीटघडीचे. प्रत्येक पाऊल रेखून टाकीत हातातल्या एका काटकीशी चाळा करण्याची जुनीच सवय.

आता स्टुडियोत पोचायला अवघी पाचसहा मिनिटं. शांतपणं थांबवेना, जीव घाबरल्यासारखा झाला. एकदम बाहेर पडून दुसऱ्या वाटेनं निघून जावं, असंही वाटलं. धीर यावा म्हणून मनातल्या मनात पूर्वीच जुळवलेल्या वाक्यांची उजळणी केली.

वामन आला. बोलायला तिनं सुरुवात करावी म्हणून तसाच उभा राहिला.

काय बोलायचं ते आठवण्याचा सुजातानं प्रयत्न केला. एक आवंढा गिळला.

मग वामननंच विचारलं, "बराच वेळ झाला का तुला येऊन? मला दहाच मिनिटं उशीर झाला तू दिलेल्या वेळेपेक्षा."

बोलता बोलता त्यानं जुन्या लकबीनं हातातली काटकी जरा तिच्या खांद्यावर टेकवली.

त्या काटकीचा स्पर्श होताच, तिच्या गळ्यात मोठा गोळाच आला.

ती कसंबसं म्हणाली, "नाही, मी आताच आले."

घशातला गोळा खाली उतरेना. जुळवलेली वाक्यं आठवेनात.

वामनही स्वस्थ राहिला. शांत अन् मजेत दिसत असला, तरी मनात धास्तावला होता. आता वर्ष उलटून गेल्यावर काय काम असेल तिचं? तिनं ती बातमी नक्कीच ऐकली असेल. पत्रिका छापायलाही दिल्या होत्या. आमचे येथे श्रीकृपेवरून... कुसुम परांजपेशी लग्न ठरल्याची बातमी ऐकल्यावर कदाचित शेवटचा...

त्याच्या त्या संथ नजरेखाली ती चुळबुळली. बोलायला हवं होतं, पण जीभ उचलेना. रुखंकोरडं झालं. घशात आवंढा गच्च बसला. असहायपणं तिनं आजूबाजूला पाहिलं, पण नजरेत जीव नव्हता. डोळ्यांना काही दिसलं नाही.

तिला तसं चुळबुळताना पाहून वामनला धीर आला. त्यानं तिच्या खांद्यावर हात ठेवले.

हे सारं जुनं होतं. आज घडायला नको होतं. पूर्वी तिनं असं गोंधळून जायचं, चुळबुळायचं, वामननं संथपणं तिला निरखीत राहायचं. गर्भारशीला न्याहाळावं तसं आणि ती आणखी बावरली की, तिला जवळ घ्यायचं, आत्मविश्वासानं थोडं हसायचं.

खांद्यावरच्या त्याच्या हाताखालून ती हलकेच बाजूला सरली.

"काय? कसं चाललं आहे तुझं हल्ली? नवीन चित्रं काढलीस?" साधारण तोंडओळखीच्या माणसाची करावी, तसली औपचारिक जुजबी चौकशी. "गेल्या सबंध वर्षात पाहिली नाहीत मी. तू मला अगदी तोडून टाकलंस." कांगावाखोर

सूर. ''कशी आहेस? मजेत आहेस ना?''

तिला संतापाचा कढ आला. डोळ्यांमागं अर्धवट संतापानं, अर्धवट दु:खानं पाणी भरून आलं.

''मजेत आहेस ना! कसे दिवस चालले आहेत?''

''शुष्क... वैराण... तहानेले... चमत्कारिक स्वप्नांनी गिचमिडलेल्या रात्री. रात्रीपुढं रात्र, चित्रापुढं चित्र.''

या अडखळत्या बोलण्यामुळं, बावरून जाण्यामुळं ते वामनला समजलं असेल. त्याची नजर संथ. चेहऱ्यावर तगमग नाही. मुद्दाम विचारून तो खात्री करून घेत असेल का? ती चिडीला आली.

''मजेत आहे मी. तू तर आहेसच. काँग्रॅच्युलेशन्स हं. कशी आहे तुझी बायको?''

''सुरेख आहे. गोरीपान. ठेंगणीठुसकी. कुरळे, दाट केस आणि अगदी खरेखुरे नाजूक गुलाबी ओठ...शिवाय माझ्या आईलाही फार पसंत पडली.''

वामनच्या प्रत्येक शब्दागणिक मनात प्रतिशब्द उमटत होता. मी तर सावळी, उंच, नेहमी लिपस्टिक लावणारी. शिवाय आपली अशी जात. म्हणून त्याच्या आईला पसंत नसतेच पडले. पण आपलं राहिलं. जानकीचं काय झालं? जानकी तर बिनलग्नाची नव्हे?

वामन म्हणाला होता, ''माझ्या एका मैत्रिणीच्या मनात माझ्याशी लग्न करावं असं फार होतं.''

''मग का जमलं नाही ते?''

''सारंच मनासारखं घडत नाही.''

''पण कारण तरी काय झालं?''

''कधी कधी आपलं आपल्यालाच कारण कळत नाही तर कसं सांगणार?''

उडवाउडवीचं बोलणं. पुष्कळ बोललं तरी काहीच अर्थ लागू नये असलं भुलभुलैयाचं बोलणं.

अगदी सुरुवातीला, तिला प्रथमच भेटला त्या वेळी, त्या बोलण्यात असला सूर उमटला नव्हता. कुठं चकवल्याचा भास झाला नव्हता. भडाभडा बोलला होता.

''आज वरच्या ऑफिसरनं माझा अपमान केला. इतकं बोलायला नको होतं त्यानं... काही सुचेना. पाय नेतील तसा भटकत राहिलो. अखेर दमून या पायऱ्यांवर बसलो. समोर बोर्ड दिसला, 'स्टुडियो: सुजाता शिरोडकर'. सहज आत आलो. तुम्ही खरोखर कलावंत आहात. गाण्याचे सूर ऐकून मन शांत होतं हे मी अनुभवलं आहे, पण निव्वळ रंगांच्या किमयेनं तसं होईल असं वाटलं नव्हतं. खरंच मन

निवलं आहे.''

मग वामन स्टुडियोत वरचेवर यायला लागला. तो मुंबईत एकटाच राहत होता. नवीनच आलेला. जवळपास फारशी ओळखीची मंडळीही नव्हती. एकटेपणाला कंटाळून गेलेला. स्नेह शोधणारा वामन, आपले शब्द तोंडात घोळवीत, त्यांचीच चव घेत बोलणारा वामन–

''तू केवळ चित्रकार नाहीस सुजाता, दुसरीही एक कला तुझ्याजवळ आहे. ऐकून घेतात सारेच जण, पण अवघ्या जिवाचा कान करून ऐकणारे फार थोडे आणि तू डोळ्यांचेही कान करतेस का ग?''

त्याच्याकडे टक लावून पाहत असता त्यानं पकडलं होतं. कानाच्या पाळ्यांत गरम रक्त भरलेलं स्पष्ट जाणवलं होतं. वामननं हनुवटीखाली हात दिला तो उष्ण, थरथरता भासला होता.

वामननं अंगाभोवती हात लपेटले की त्याच्या मिठीत विरघळून जायचं. तो बोलेल ते ऐकत राहायचं. आपल्याला कधी बोलता आलं नाही. फार तर चित्रांविषयी, चित्रकारांविषयी कधीतरी, थोडंसं. चित्रांचे संग्रह बसून पाहणं, चित्रांची प्रदर्शनं–

वामन म्हणाला होता, ''तू मला किती देतेस... हे रंगरेषांचं नवं जगच तू मला दिलंस. मी दुबळा घेणेकरी माणूस... तुझी काही परतफेड होईल की नाही कोण जाणे!''

''तू असा मनातलं बोलायला माझ्याकडे येतो आहेस, हे सुखच आहे माझं.''

''हे पुरायचं नाही सुजाता. माणसाला हळूहळू अधिक अधिक सुख हवं होतं. तुला हवं ते सारं देणं मला जमलं नाही तरी हा स्नेह ठेवशील ना? नेहमीच माझी मैत्रीण राहशील ना?''

मैत्रीण!

आणि एकदा म्हणाला, ''माणसाला निरपेक्ष स्नेहाचं आश्वासन हवं असतं म्हणून मी येतो. वरचेवर येतो. तूही मागंपुढं न पाहता मी मागेन तितका स्नेह देतेस. अन् मागेन ते इतरही देतेस.'' जरा गालात हसत पुढं म्हणाला, ''मीही माझी मर्यादा सांभाळतो. भलतं काही मागत नाही. दुसरा एखादा असता तर त्यानं तेही कमी ठेवलं नसतं. पुरुषाची जातच तसली. आणि तुमची ही असली-देणारी, मागेल ते अट न घालता देणारी जात!''

सुजाता दचकली होती. कदाचित वामन तशा अर्थानं बोललाही नसेल. उगीच 'जात' शब्दाचाच धसका!

काही दिवसांनी थोडी रजा घेऊन वामन गावाला आईकडे गेला होता.

त्यानं पाठवलेली पत्रंही लाघवी. मृदू शब्दांची. पण त्रयस्थ. त्रोटक. तू कलावंत आहेस. लग्न, पैसा असल्या साध्या सुखांमागं धावू नकोस. खऱ्या कलावंताच्या नशिबात ही सुखं नसतातच आणि असली तर सुखानं कला मरते. तिला दुखाचं खतपाणी लागतं... पॉल गोगँ, तुलूज लोत्रेक सारे चित्रकार तसेच.

आई लग्न कर म्हणून फार मागं लागली आहे. मी तिचा लाडका मुलगा. तिला सुख देईल अशी सून आणायलाच हवी. मी ठरवलं आहे, लग्न हा व्यवहार आहे. थोडा कडू, थोडा गोड, बराचसा रोखठोक. तो रोखीनंच करायचा..

आणि आपण मात्र वेडेपणानं जे प्रत्यक्ष बोलता आलं नाही ते पत्रांत उधळून दिलं. भाषेला त्याच्यासारखा डौल नसला, तरी पानोपान लिहिलेल्या जुन्या आठवणी– त्याच्या शब्दांच्या, स्पर्शाच्या, श्वासांच्या.

परत आल्यावर म्हणाला, "छानच पत्र लिहिता येतात तुला. माझी ती मैत्रीणसुद्धा अशीच छान पत्रं लिहायची. दाखवीन तुला एकदा."

आणि खरंच पत्रं आणून दाखवली त्यानं. क्षणभर ती फुलारून गेली. मनात येणाऱ्या शंका पुसटल्या गेल्या. वामन आपल्यापासून काही चोरून ठेवीत नाही असा जरा अभिमान वाटला. जानकीची कणव आली.

वामन म्हणाला, "जानकी अगदी भाबडी मुलगी. तुझ्यासारखी माझ्यावर फार माया केली तिनं. पण त्यातही एक मर्यादा ओळखायची असते. तिनं अधिकाची अपेक्षा केली. माझा नाईलाजच झाला. फार त्रास करून घेतला तिनं... मलाही दिला. परत परत माझ्याकडे येत राहिली. ऑफिसात फोन करीत राहिली. काही केल्या तिची समजूत पटेना. अखेर निष्ठुरपणं संपवावं लागलं मला सारं."

"बिचारी जानकी! नको होतं असं व्हायला."

"वा! ते संपवलं म्हणून तर तुझ्याशी झालेली ओळख इतकी नि:संकोचपणे वाढवता आली. इतकं सुख आपल्याला मिळालं."

पुढं वामनच्या वृत्ती थंड झाल्या. तो बोलण्यात आईचा उल्लेख फारदा करू लागला. स्टुडियोकडे येईनासा झाला. ती त्याच्याकडे गेली, तेव्हा म्हणाला, "आपण इतक्या वेळा भेटता कामा नये. लोकांच्या नजरेत भरेल आणि माझ्यापेक्षा तुलाच जास्त त्रास होईल." त्याच्या मर्जीवर टांगून घेऊन रोज वाट पाहण्याचा कंटाळा आला. मग एक दिवस अगदी साधं निमित्त झालं. दुसऱ्या एका मुलीबरोबर रस्त्यावरून जाताना तो दिसला. काही कामासाठी असेल, किंवा नसेलही. मत्सर नाही, काही नाही. पण तिनं मनाचा निश्चय केला. बोटभर चिठ्ठीनं सारं संपवून टाकलं.

मग कितीतरी दिवस मन त्या एकाच दु:खात घरघुशी मारून आक्रंदत होतं.

आपल्याच डोळ्यांतल्या लाललाल रेषा पाहत होतं. किती प्रयासानं ती त्यातून बाहेर पडली होती, की नव्हती? घशात अजून आवंढा अडकत होता?

पण लग्नाची बातमी कळताच जुन्या, दुखऱ्या भागासारखी जानकीची आठवण ठसठसू लागली. जानकीचं काय झालं असेल? तिचा जीव कसा तडफडला असेल? जानकीला एकदा भेटायला हवं होतं. तिची क्षमा मागायला हवी होती. तिचं सुख आपण ओरबाडलं होतं असं वाटलं.

तिच्या पत्रांतले ते भारावलेले भाबडे शब्द ऐकू येत होते. आपल्या पत्रांतली वाक्यं गिरमिटत राहिली होती.

कदाचित वामनच्या बायकोला तो आपल्यापासून काही चोरून ठेवीत नाही असा अभिमान वाटू लागेल. ती फुलारून जाईल. सहानुभूतीनं, कणवेनं आपली चौकशी करील.

वामन विचारीत होता, ''का इतकं मुद्दाम बोलावलंस मला? की लग्नाआधी एकदा भेटावं, मनसोक्त बोलावं असं वाटलं?'' शब्दांत पुन्हा जिंकल्याचा सूर.

''नाही, थोडं काम होतं. मला पत्रं पाहिजे होती माझी.''

शेवटचा शब्द कानी न पडल्यासारखं करून वामन म्हणाला, ''खरंच! मी तुला किती कमी पत्रं लिहिली नाही? शक्य असतं तर एक आत्ताच्या आत्ता लिहून दिलं असतं.''

हे वेड पांघरणं, स्वर पूर्वीइतका ओला, स्निग्ध.

ती स्निग्ध नजर तिनं कोरडेपणानं टाळली.

''नाही वामन, मी लिहिलेली काही पत्रं तुझ्याकडे आहेत. ती हवी होती मला.''

''अगं सुजाता, लग्न माझं ठरलं आहे. माझी पत्रं मी परत मागायची तुझ्याकडे...''

''हे तू काय मागते आहेस? आधी मला एका चिठ्ठीनं तोडून टाकलंस आणि आता पत्रंही मागते आहेस? ती पत्रं, तुझी चित्रं, आधार आहे माझा. कधी-काळच्या विशुद्ध स्नेहाची आठवण आहे ती.''

''नाही वामन, माझी चित्रं ठेव हवी तर तू, पत्रं मला परत दे.''

''असलं काही अवघड तू मागू नको. तुला कशालाच नाही म्हणायचं, म्हणजे फार त्रास होतो पाहा माझ्या मनाला. पण हो तरी कसं म्हणू? आणि खरं सांगू, मी पत्रं परत केली तर तुलासुद्धा मनातून ते आवडायचं नाही.'' ओठाच्या कोपऱ्यात चीड आणणारं मिस्कील हसू.

"नाही वामन..."

"आणि पत्रं तुझ्याजवळ काय, माझ्याजवळ काय, सारखंच ते. ठेवीन मी."

"ते आता सारखंच नाही वामन."

"अगदी सुरक्षित ठेवीन मी ती. आणि असं बघ, मला लिहिलीस तेव्हाच ती पत्रं माझी झाली नाहीत का? असं एकदा दिलेलं काही परत थोडंच मागता येत? त्या काळात इतरही अनेक गोष्टी तू मला दिल्यास." मग थोडं थोडं हसत. "त्या परत मागशील का?"

म्हणजे वामन पत्रंही परत देणार नव्हता. जानकीची परतफेड अशी व्हायची होती तर.

७. पार्थिव

ऑफिस बंद व्हायची वेळ झाली. सकाळपासून प्रयासानं मनावर बसलेलं कामाचं दडपण उघडलं. निघण्याची आवरासावर करताना छातीत लकलकायला लागलं. नेहमीच असं होई. आज तर ती दहा दिवसांनंतर भेटणार होती.

तरीसुद्धा मी सावध होतो. अगदी रोजची सवय असूनही आज मात्र आठवणीनं रुमालावर कोलन शिंपडलं नाही. तिला कसं वाटत असेल, एखादे वेळी चहादेखील घेणं जमायचं नाही म्हणून ऑफिसातच चहा घेतला. बाहेर पडल्यावर कार चालू करण्याआधी गजरे विकणाऱ्या पोऱ्यानं पुढं केलेला जाईचा हार, त्याला नाखूष करायचं नाही म्हणून घेतला; पण आज तो नेहमीसारखा आरशामागं अडकवला नाही. गाडी सुरू केल्यावर आठवणीनं रस्त्यावर सोडून दिला. जरा शहारलो, पण क्षणभरच. पुन्हा आतुरतेनं मनाचा ताबा घेतला. आता ती भेटेल...

नेहमीच्या बसस्टॉपवर ती उभी होती. अलगद गाडीत येऊन बसली. छोटी पाखरं चपळपणानं जमिनीवरच उड्या मारतात तसली तिच्या पायांची जलद पण नाजूक चाल, उसकटून चेहऱ्यावर आलेले अस्पष्ट केस, कुंकवाची दिसेल न दिसेल अशी उभी काळी रेघ, सारं नेहमीसारखंच. फक्त तिची नजर तेवढी पावलांवर खिळलेली. त्यामुळं डोळ्यांतला भाव दिसत नव्हता.

कार रस्त्याला लागल्यावर ती स्तब्ध बसून राहिली. तिच्या या स्तब्धतेनं मला नेहमीच भारल्यासारखं होई. तिला स्पर्श करून ती स्तब्धता मोडावी असं वाटे.

डावा हात हळू तिच्या खांद्याभोवती वेढावासा वाटू लागला. मन आणखी उत्सुक झालं. एकीकडं ओशाळवाणं वाटायला लागलं.

डावा हात चिकटवून ठेवल्यासारखा जड झाला. त्याची अडगळ व्हायला लागली.

ती अजून काहीच बोलली नव्हती. ती दूर होती तेव्हा मन अनेकदा कणवेनं भरून आलं होतं. धीराचे शब्द स्फुरले होते. आज मात्र आठवेनात. तरी विचारलं,

''फार त्रास झाला का ग?''

''दोन-तीन दिवस तरी नाना भेटले. खूप बोलले. त्यांना सांगायचं होतं ते ते सारं त्यांनी सांगितलं.''

तिचा स्वर अगदी साधा, समाधानाचा होता.

टेकडीच्या मागच्या बाजूला मी नेहमीसारखी डौलानं गाडी आणून उभी केली. पण तिचं आज लक्ष नव्हतं. आम्ही गाडीबाहेर पडलो, पण बरोबर चालताना तिची पावलं नेहमीसारखी माझ्या पावलांच्या तालावर पडली नाहीत.

माझ्या शेजारी बसताना मात्र ती अगदी सहज जवळ बसली. इतकी की अनपेक्षितपणं तिच्या अंगाचा तो सूक्ष्म गंध जाणवला. छाती धडधडायला लागली. धडधड तिला ऐकू जाईल या शंकेनं अंग चोरून घेतलं.

''इतक्या वेदना होत होत्या, पण नानांनी त्या फार सोशिकपणानं सहन केल्या. वेदनांची अशी परमावधी झाली म्हणजे जाणाऱ्याला आणि पाहणाऱ्यालाही सुटकाच हवीशी वाटते.''

आजदेखील ती इतकी शांत, अविचलित कशी? तिला आता पोरकं पोरकं वाटत नाही? आधाराकरता जीव उन्मळून येत नाही? माझ्या छातीवर डोकं ठेवून हुमसावासं वाटत नाही? तसं झालं तर सांत्वन म्हणून जवळ घेता येईल. मनात जरा शरमलो. तिला कळेल, म्हणून चेहरा फिरवून दुसरीकडे पाहू लागलो.

''शेवटी नानांचा चेहरा इतका शांत दिसत होता, सफल दिसत होता... मी दुःख करते ते नुसतं स्वार्थीपणानं. नानांचं आयुष्य जावं तसं गेलं. योग्य तिथं पूर्ण झालं. सार्थक झालं.''

कानांवर नुसता नाद पडत होता. अर्थ समजतच नव्हता. तिचं लक्षच नव्हतं. ती अजून तल्लीन होती.

तिच्या गुणगुणणाऱ्या शब्दांनी मन गुंगल्यासारखं झालं. ताण हळूहळू विसावून गेला. शरीर सैल झालं.

अंधारून आलं. इतका वेळ खालचे, शहरातले दिवे धड दिसत नव्हते. पण अंधार गडद होता होता एका क्षणाला सारे दिवे एकदम उजळून उठले. माझा

श्वासोच्छ्वास हलका झाला. छातीतली धडधड सुस्तावली. संथ पाण्यावर हलक्या लहरी उमटाव्या तसे तिचे शब्द आता ऐकू येऊ लागले.

"जिवापलीकडे त्यांनी माझं केलं, नोकरीच्या निमित्तानं मी मात्र त्यांना अंतरले."

आता समजुतीचे, सांत्वनाचे शब्द सुचत होते. पण ती बोलतच राहिली.

"पत्रात लिहून समाधान व्हायचं नाही म्हणून तुझ्याबद्दल– आपल्याबद्दल– सांगायचं तसंच राहून गेलं."

प्रथमच नजर उचलून तिनं माझ्याकडे पाहिलं.

"तुझी इतकी आठवण येत होती. नानांना तुझ्याविषयी सांगावं असं अनेकदा मनात आलं. पण त्यांच्या मनावर एकदम फार ताण पडला असता. त्यांना सहन झाला नसता तर एकाएकीच काहीतरी झालं असतं-अशा भीतीनं..."

इतका वेळ समाधानाचा सूर होता. आता किंचित विषादाची झाक आली. मी जरा जवळ सरकलो. पाठीवर हात ठेवला. आता हात स्थिर होता. मला स्वत:चीच भीती वाटत नव्हती.

"तू त्यांना फार आवडला असतास, हवाहवासा वाटला असतास. नंतरही मी तिथंच होते खरी, पण मनात सारखा तू होतास. नाना आणि तू काय काय बोलला असतात. कधी एक होऊन तुम्ही माझीच कशी गंमत केली असतीत..."

तिचा चेहरा फुलून आला होता. उजळला होता.

"सांगायला हवं होतं का रे? तू मला थोडा अगोदर भेटला असतास तर सहज जमलं असतं."

तिच्या वृत्ती उत्तेजित झाल्या होत्या. मघापर्यंत शांत दिसणारा तिचा चेहरा सोत्कंठ झाला होता.

"मला तुझ्या स्वाधीन करताना त्यांचा जीव हलका झाला असता."

अपेक्षेनं दाटलेला चेहरा उचलून तिनं माझ्याकडे पाहिलं.

"आता योग नव्हता खरा. पण कदाचित आपल्याच पोटी... पुन्हा..."

तिचा उष्ण श्वास माझ्या मानेवर आला. तिचे तांबूस-तपकिरी डोळे गडद मधाळ झाले. दोन्ही हात आवेगानं माझ्या गळ्याभोवती वेढले गेले.

स्वत:ला सावरून घेताना माझी परत तारांबळ झाली.

◆◆◆

८. नदीचे मूळ

वीणा देसाई बसमध्ये अगदी पुढच्या सीटवर बसली होती. समोर काचेचं मोठं तावदान असलेली प्रशस्त खिडकी. उजव्या बाजूला मजबूत हातांनी स्टिअरिंग व्हील सावरीत बसलेल्या ड्रायव्हरची रुंद पाठ. वळणं घेताना त्याच्या खांद्याची होणारी बळकट हालचाल. समोरच्या डांबरी रस्त्यावर, चमकणारं, सकाळचं कोवळं ऊन. डाव्या बाजूला डोंगरांचे सलग उतार. त्या उतारांवरून वीणाची नजर एकसारखी घसरत होती. वळणावर किंचित हुलकावण्या देत हे उतार पुन:पुन्हा नजरेसमोर पसरत होते. खिडकीतून सारखं डावीकडे पाहून पाहून मान अवघडू लागली होती. दृष्टी ताणली होती. पण इलाज नसल्यामुळे नजर पुन्हापुन्हा तिकडेच वळत होती. ही दरी इतकी सुंदर होती! हिरवीगार दरी. तळाला लहानलहान चौकोनी शेतं. त्या शेतांच्या चुटपुटत्या अस्पष्ट सीमा. सगळ्या शेतांवर पसरलेला एकरूप मंद हिरवा रंग. अधूनमधून डोकावणारी गुलबट रंगाची कच्ची घरं. चरणारी गुरं. मधेच उश्या घेत गेलेलं एक पांढरशुभ्र वासरू...

जरा वरच्या बाजूला शेतं संपून नुसतं रान. दाट झाडं, आणि त्यांच्या अलीकडे अगदी रस्त्याला येऊन भिडलेली झुडपं. त्यावर रानफुलांचे घोस. निळे, जांभळे, पिवळे, शेंदरी. फुलांच्या झुपक्यांचे परिपूर्ण आकार. मधेच एकटेपणानं उठून दिसलेल्या एका मोठ्या फुलाच्या प्रत्येक पाकळीचा कातरलेला रेखीव आकार. अधूनमधून धुक्याचे विरविरीत पुंजके. धुक्याचे पट्टे ओलांडून दरीच्या हिरव्या अंगावर लोळण घेणारी सूर्याची उन्हं. भारलेली गुंगलेली दरी...

शांत-सर्व शांत! बसमधले प्रवासीदेखील पेंगळून निश्चल बसलेले. सिनेमा चालू असताना आवाज तेवढा निसटून जावा, फक्त प्रोजेक्टरची घरघर राहावी, त्याप्रमाणं वरच्या गिअरमधे टाकलेल्या बसच्या इंजिनाचा आवाज. पार्श्वसंगीतासारखा एकसुरी.

प्रसन्न हवा. अंगावरच्या मऊ गरम स्वेटरमधून जाणवणारी सुखद थंडी. शांत भारलेला परिसर. फक्त कवितेतच भेटतो असा परिसर.

वीणानं काव्य खूप वाचलं होतं. अनेक कविता ओठांवर खेळवल्या होत्या. पण जन्म शहरातला. शिक्षण, नोकरी, संसार... सारं आयुष्यच शहरात गेलेलं. जमेल त्या सुट्ट्यांतून जमतील तसे लहानमोठे प्रवास केले होते. पण निसर्गाची मनसोक्त स्वस्थ ओळख काव्यातलीच. प्रत्यक्षात पाहायला मिळेल ते ते अधाश्याप्रमाणं पाहून साठवून घेतलेलं. एखाद्या दरिद्र्यानं गडबडधांदलीनं चकाकणाऱ्या रंगीबेरंगी काचा जमवाव्यात तसं.

काव्यानं दृढ परिचयाची झालेली दरी, आज प्रत्यक्ष सामोरी आली होती. ओळख पटत होती. तीच ही गहिरी दरी. हे डोंगरपहाडांचे चढउतार. हिरव्या अंगावर लोळणारं सूर्याचं कोवळं ऊन. धुक्याचे पुंजके...

गेले कित्येक महिने चाललेल्या भ्रमंतीतलं हे अखेरचं पर्व होतं.

यापूर्वी वीणानं अनेक कवींच्या काव्यावर लेख लिहिले होते. कवींशी त्याच्या काव्यावर चर्चा करून लिहिले होते. काव्यावरच्या या लेखमालेची कल्पना तिच्यापेक्षा ज्येष्ठ टीकाकारांनादेखील फार महत्त्वाकांक्षी वाटली होती. या लेखमालेचा संग्रह 'वाग्लहरी' या नावानं प्रसिद्धही झाला होता. लेखनाकरता तिनं आतापर्यंत थोडीफार धडपड केली होती. एखाद्या नाटककाराला, लघुकथा-कादंबरी-लेखिकेला सहज प्रसिद्धी मिळून जाते. पण काव्यावरील टीकालेखांच्या जोरावर तशी प्रसिद्धी, कीर्ती तिनं हस्तगत केली होती.

पण ती संतुष्ट नव्हती. या कवींपैकी कुणीच आपल्या प्रज्ञेला, एकाग्रतेला, वाटेल तितके श्रम करण्याच्या इर्ष्येला, पणानं झुंज घेण्याच्या शक्तीला आव्हान दिलं नव्हतं. निळ्याभोर आकाशात एकही मेघ नसताना आश्वासन मात्र असावं, वर्षावाची खात्री असावी, त्याप्रमाणं वासुदेवांच्या काव्यावर लिहायची कल्पना तिच्या मनात क्षितिजापलीकडे खोल तरंगत होती. हे आपल्या वाटचं काम आपल्याशिवाय कुणालाही साधणार नाही, असा विश्वास होता.

वासुदेवांच्या कविता ती गेली वीस वर्षे वाचीत होती. त्यांच्या काव्याचं इतकं अप्रूप आपल्याला का वाटतं? वेगळ्या निसर्गचित्रणामुळं? शृंगाररसामुळं? पण

दूरवरच्या खेड्यात शेती करता करता कविता लिहिणाऱ्या एका कवीचं काव्य तिच्या आवडीचं होतं. त्यावर एक लेखही लिहून झाला होता. प्रीतीची आणि निसर्गाची वेगवेगळी चित्रं रेखाटणारे कवी तर कित्येक होते. जवळजवळ प्रत्येक कवीनं आपल्या काव्याला अशीच सुरुवात केली नव्हती का?

पण वासुदेव निसर्गापासून निसर्गापर्यंत पूर्ण फिरले. तो कक्षा नसलेला अमाप परिसर सोडून ते माणसांच्या जंगलात कधी शिरलेच नाहीत. माणसाची विष्ठा न पडलेला निसर्ग. आणि निष्ठा वगैरे सामाजिक संदर्भविरहित प्रीती– नव्हे, विशुद्ध, विमुक्त रतिभाव. अश्लील, उत्तान नव्हे; पण अगदी गाळीव, सोलीव रतिविलास. निसर्गदृश्ये या रतिभावाला पूरक. नदीच्या पाण्याला चाळवीत चालणारे झोंबरे वारे. पडक्या विहिरीच्या खोल काहुरावर झेपावलेलं झाड. झपाटलेलं, हपापलेलं, विसावलेल्या काळ्या धरतीवर ओणवलेलं लालट, लालस आभाळ...

वासुदेवांच्या काव्यात स्त्रीच्या अंगप्रत्यंगांचे नि:संकोच उल्लेख असत. सारे उल्लेख नि:संकोच, तटस्थ रतिभावनेचे!

पंधराव्या-सोळाव्या वर्षी काव्य वाचायला सुरुवात केली, तेव्हा हे उल्लेख वाचताना संकोच वाटायचा. अवघडल्यासारखं व्हायचं. पण जाणतेपण आलं. परीक्षा, संसार, नोकरी–धकाधकीच्या आयुष्याला सुरुवात झाली. कटकटी, काळज्या, माणसामाणसांचे संबंध, त्यांच्या कधी न संपणाऱ्या अपेक्षा, हेवेदावे, मत्सर, ईर्षा, लावालाव्या, उर्मटगिरी, बेपर्वाई यांची जसजशी घनिष्ठ ओळख होत गेली, तसतशी कमलपत्राप्रमाणं या सर्वांपासून स्वत:ला सतत अलग ठेवू शकणाऱ्या कवीबद्दल, त्याच्या काव्याबद्दल कृतज्ञता वाटू लागली. हे कसं जमत असेल, याबद्दल कुतूहल होतंच. वासुदेवांना भेटावं, त्यांच्याशी चर्चा करावी, ही मनीषाही होती. पण वासुदेव महाराष्ट्रात फारसे नसतच. काही कारणानं आले तर चारचौघांत मिसळत नसत. कविसंमेलनं गाजवावी, अध्यक्षपदं भूषवावी, मान-सन्मान पदरात पाडून घ्यावे या असल्या सर्व प्रलोभनांपासून कायम दूर राहिलेला हा कवी. कटाक्षानं दूर राहिलेला असं देखील म्हणवणार नाही, इतक्या सहजपणं साऱ्या जनपरिवारापासून अलग राहिलेला एकांडा कवी.

क्वचित कधीकाळी, लहानशा मित्रसमुदायात होणाऱ्या त्यांच्या काव्यवाचनाला ती दोनतीनदा गेली होती. आव्हान! वासुदेवांना पाहताक्षणी ते आव्हान तिला त्यांच्या व्यक्तिमत्त्वातही जाणवलं होतं. कविता वाचून दाखवतानाही ते वेगळेपण दिसत होतं. त्यांची कविता केवळ त्यांचीच होती. एकट्याची. इतक्या मोजक्या रसिकांपुढे वाचून दाखवतानाही, ती त्यांनी श्रोत्यांच्या स्वाधीन केलेली नसे. नजर समोरच्या लोकांकडे वळतही नसे. आतल्या आत वळलेली नजर. आपली कविता

नदीचे मूळ ◌ ६३

आपणच भोगणारी... संभोगणारी. काव्यवाचन संपल्यावर श्रोत्यांकडे दाद मागितल्याचा दृष्टिक्षेप तर नाहीच; उलट, फक्त कोण-कोण या कवितेच्या आणि कवीच्या आधीन झालं आहे हे न्याहाळणारी धीट नजर. त्या नजरेला नजर भिडल्यावर, शरणागती किंवा पलायन हे दोनच पर्याय आहेत असं काहीसं तिला भासलं. तिसऱ्या वेळी तर त्यांनी आपल्याला ओळखलं आहे अशा कल्पनेनं धडधडू लागलं होतं. मग तिथंच संपवून दिलं. नंतर केव्हातरी भेटू, अशी स्वत:लाच सबब सांगून भेट टाळली होती.

परंतु आव्हान टळलं नव्हतं. खून, मारामाऱ्या, युद्ध, अशांतता, असुरक्षितता, राजकारण, माणसांचे लोंढे यांनी बुजबुजलेल्या या जगात वासुदेव अलिप्तपणं आपल्या कवितांच्या पुस्तिकांमागून पुस्तिका प्रसिद्ध करीत होते. या साऱ्या बुजबुजाटाचा स्पर्श न झालेली त्यांची कविता. अस्पर्श्य, अम्लान, आत्ममग्न, आत्मरत.

दुनियादारीच्या क्षुद्र चिखलातून वासुदेवांच्या कविता तिला व तिच्यासारख्या अनेकांना एक अगदी वेगळी, स्वच्छ, स्वच्छंद वाट दाखवीत होत्या. आणि त्यातदेखील गेल्या काही वर्षातल्या कविता. जवळजवळ प्रत्येक कवितेत स्त्रीदेहाची, स्त्रीरुपाचीच वर्णनं खरी; पण नव्यानव्या सौंदर्यानं निथळत येणारी. कुणी उंच शेलाटी, कुणाची पुष्ट अंगकाठी, कुणी सुबकठेंगणी, ठुबकरांगडी... कोण होती ही स्त्री? अनेक रुपं धारण करणारी, सतत हूल देणारी, तलम धुक्याच्या झिरझिरत वस्त्राआडून गूढ इशारे करणारी. प्रत्येक कवितेत तिची चाहूल. ही चाहूल स्पष्ट होण्याची कविमनाला लागलेली असोशी.

उत्कट, उत्कंठ शब्द. तुडुंबलेले.

आणि मग...

पुरुषोत्तम रमाकांत वासुदेव या दूरदेशी स्थायिक झालेल्या एका मराठी कवीच्या निधनाचं वृत्त. निर्विकार बातमी.

वीणा सुन्न झाली होती.

बातमीतला तपशील, जन्म-मृत्यूच्या तारखा, प्रसिद्ध झालेल्या काही पुस्तिकांची नावे, इतकाच त्रोटक, जुजबी होता. बरोबर एक धुरकट छायाचित्र छापलं होतं तेवढंच. वीणा ते छायाचित्र न्याहाळीत राहिली. शेवटल्या त्या कवितांमधल्या ओळी मनात घोळत होत्या. एकाएकी परवलीचा शब्द सापडून सर्व कोडं सुटावं तसा त्या कवितांचा अर्थ सापडला होता. मृत्युवार्तेतूनही वासुदेव काही सांगून गेले होते.

बदलत्या स्त्रीरूपानं दर्शन देणारी ती धूसर आकृती. तिचे गूढ इशारे. तिचं आमंत्रण. मृत्यू...

हाच अर्थ होता ना त्या कवितांचा?

कोण जाणे! वासुदेवांना भेटण्याची, खात्री करून घेण्याची संधी मात्र कायमची हुकली होती. उशीर झाला होता. पण तरीसुद्धा सुरुवात करणं भागच होतं. वासुदेवांच्या कवितेवर एक लेख लिहून भागणार नव्हतं. न्याय द्यायचा म्हणजे प्रबंधच लिहायला हवा होता. निरनिराळ्या कवींच्या काव्यावर आतापर्यंत लिहिलेले लेख म्हणजे या प्रबंधाची तालीम होती. पूर्वतयारी होती. आणि प्रबंधलेखनाचा हा बोजा आता एकटीनं वासुदेवांच्या मदतीशिवाय पेलायचा होता.

प्राध्यापकीमध्ये निव्वळ वरची जागा मिळावी, म्हणून डॉक्टरेट मिळवण्याकरता अनेकांनी लिहिलेले रद्दड ग्रंथराज वीणानं पाहिले होते. व्यवसायात चढत जाण्याच्या क्षुद्र व्यवहारी मोहाला बळी पडायचं नाही, असं ठरवून इतके दिवस तिनं हा विचारसुद्धा मनात आणला नव्हता. मनमानीपणानं रस वाटेल तसे फुटकळ लेख लिहिले होते, पण या वेळी ते शक्यच नव्हतं. हा तिच्या महत्त्वाकांक्षेचा प्रश्नच नव्हता. वासुदेवांच्या कवितांवर एक लहानसा सुटा लेख लिहिण्याची कल्पनासुद्धा तिला सहन होत नव्हती. मग मात्र प्रबंधलेखनाविषयीच्या आपल्या मनातल्या अढीला तिनं मुरड घातली. नीट सारी आखणी करून घेतली. स्वतंत्रपणेच लिहायचं होतं. तेव्हा मार्गदर्शन म्हणून पूर्ण मोकळीक देतील, अशा एका वयोवृद्ध प्राध्यापकांची तिनं निवड केली आणि सुरुवात केली.

वासुदेवांचा जीवनपट न्याहाळून पाहताना काही गोष्टी वीणाच्या लक्षात आल्या होत्या. त्यांनी अनेक नोकऱ्या बदलल्या होत्या. भारतभर लहानमोठ्या अनेक शहरांतून हजेरी लावली होती. पण जवळजवळ कुठंच ते दोन-तीन वर्षांपेक्षा अधिक काळ स्थिरावले नव्हते. स्त्रीलालसा आणि भ्रमंती. काव्यातील उल्लेखांवरून ही भ्रमणलालसा ध्यानात आली होती. पण नोकरीच्या निमित्तानं त्यांची इतकी भ्रमंती झाली असेल याची तिला कल्पना आली नव्हती. अधिक चौकशी करता हेही कळलं की, वासुदेवांनी गरजेपोटी नोकऱ्या बदलल्या नव्हत्या, किंवा महत्त्वाकांक्षेपोटी सतत जास्त पगाराची नोकरी मिळवून पहिली सोडली असाही प्रकार नव्हता. तसे ते घरचे गर्भश्रीमंत होते. आणि बहुधा या श्रीमंतीच्या जोरावर खूप बुद्धिमान असूनही नोकऱ्यांच्या मागं धावणं त्यांनी चाळिशीतच बंद केलं होतं. गरजाही फार नसाव्यात. प्रथम पत्नीशी अगदी तरुणपणीच घटस्फोट झाला होता. मुलं नव्हतीच. कित्येक वर्षे ते एकटेच होते. स्वच्छंदपणं फिरत राहिले होते. अवघ्या तीन-चार वर्षांपूर्वीच दिल्लीपासून जवळच असलेल्या या लहानशा हिलस्टेशनवजा शहरी, ते स्थायिक झाले होते आणि त्यांनी पुन्हा विवाह केला होता. त्यांच्या दुर्दैवानं त्यानंतर लवकरच ते या शेवटच्या दुखण्यानं पछाडले गेले होते आणि त्यातच त्यांचं निधन झालं होतं.

वासुदेवांच्या लिखाणाचे मूळ कागदपत्र असल्यास, अप्रकाशित साहित्य, कवितांच्या वह्या, पत्रव्यवहार हे सर्व तर वीणाला पाहायचं होतंच; पण त्याखेरीज त्यांच्या साऱ्या जीवनप्रवासाचा मागोवाही घ्यायचा होता.

दुनियादारी इथंही मागं होतीच. 'यूजीसी' चा डॉक्टरेटविषयीचा फतवा बाहेर पडल्यावर प्रबंधासाठी विषय शोधणाऱ्यांचं पेव फुटलं होतं. त्यात वासुदेव नुकतेच वारलेले. त्यांच्या काव्यावर फारसं लेखनही झालेलं नाही. दुसऱ्या एका कॉलेजमधल्या, वासुदेवांविषयी यत्किंचितही आदर नसलेल्या, एका नव्या तरण्या प्राध्यापकानं केवळ संधिसाधूपणे माहिती जमा करायला सुरुवात केली होती.

वीणानं आपण या विषयावर प्रबंध लिहिणार आहोत असं म्हटल्यावर आर्मीत शोभेल असला चेहरामोहरा आणि देहयष्टी असलेला जगदाळे म्हणाला होता, ''वीणाबाई, तुम्ही लेख लिहा एखादा त्यांच्यावर. हे पीएचडीचं माझ्यावर सोपवा.''

वीणाला अर्थातच हा अपमान वाटला होता.

''खरंच सांगतो. त्यांच्या चरित्राचे धागेदोरे जुळवून काव्याला नेऊन भिडवायचे हे नाही होणार तुमच्यानं.''

''हे पाहा जगदाळे, मी वासुदेवांच्या काव्याचा नीट अभ्यास केला आहे. गेली कित्येक वर्षे हे काम माझ्या मनात घोळत आहे. त्यांच्या काव्याला, या महान कवीला आजपर्यंत कुणीच न्याय दिलेला नाहीये.''

''असं? भेटला होता का तुम्ही कधी वासुदेवांना?''

''नाही.'' म्हणताना वीणाला किंचित शरम वाटली.

''ते बरंच झालं म्हणा.'' तिच्याकडे रोखून पाहत जगदाळे म्हणाला.

''म्हणजे काय?'' वीणानं संतापून विचारलं.

''म्हणजे... म्हणजे काही नाही. वासुदेवांना विदुषींचं वावडं होतं हो!'' हे त्यांच्या प्रथम पत्नीला अनुलक्षून दिलेलं उत्तर. ''बाकी ते भेटणं, चर्चा करणं वगैरे नसतंच जमलं बघा तुम्हांला. कदाचित त्यांच्या या नव्या पत्नीनं तुम्हा दोघांच्या विचारविनिमयाला आक्षेप घेतला असता.''

आपल्या रूपाचा असा प्रच्छन्न उल्लेख करणारा हा उद्‌गारही वीणाला मुळीच रुचला नव्हता. पण तिच्या आवडीनावडींची पर्वा न करता जगदाळे तसाच बोलत राहिला होता.

''काही सांगवत नाही म्हणा! वासुदेवांची ही पत्नी फार उदार, वासुदेवांना शोभेलशी आहे, असं ऐकलंय मी.''

सगळं रुचिहीन बोलणं! खरं म्हणजे बराच प्रयत्न करूनही वीणाला वासुदेवांच्या

या पत्नीविषयी, ती उत्तर हिंदुस्थानी आहे या जुजबी गोष्टीखेरीज काहीच माहिती मिळाली नव्हती. कदाचित जगदाळेला थोडीफार माहिती मिळालेली असेलही. पण इतकं लागट बोलणाऱ्या या माणसाकडून कसलीही माहिती तिला नको होती.

''बरं बाई, आपण असं करू. तुम्ही प्रबंध लिहा. मी आपला एखादा लेख लिहितो.'' जगदाळे विषय संपवताना म्हणाला होता. वरवर समजुतीचे शब्द; पण तेदेखील तिला तापवूनच गेले होते.

बस आता सपाट, सरळ रस्त्यावरून चालली होती. चढ संपला होता. वासुदेवांचं हिलस्टेशनजवळ आलं असावं. अधूनमधून आजूबाजूला देहाती माणसं दिसू लागली. पहाडात राहणारी, रंगीबेरंगी, चित्रविचित्र पोशाखांतली परकी माणसं दिसू लागली. रस्त्याच्या कडेकडेनं झुडुपांऐवजी पक्की बांधलेली घरं दिसू लागली. वस्ती दाट होत चालली. गावाची, बाजाराची कलकल ऐकू येऊ लागली. बस बाजारात थांब्यावर येऊन उभी राहिली. हातातली बॅग सावरीत खाली उतरून वीणानं भोवताली पाहिलं. समोरच एक लहानसं चहाचं दुकान होतं. तिनं चहा घेतला. चहाला वेगळीच चव होती. या गावाच्या पाण्याची, इथल्या घट्ट जाड दुधाची. चहाचा रंगदेखील वेगळा. चहा पिऊन झाल्यावर तिनं तोंडावरून पाण्याचा हात फिरवला. ओल्या चेहऱ्यावर वाऱ्याची झुळूक बसून शिरशिरी उठली.

हातातल्या पर्समधून पत्त्याचा कागद काढून ती विचारीत निघाली.

गेलं वर्षभर निरनिराळे पत्ते हाती घेऊन वासुदेवांचा मागोवा घेत ती भारतभर फिरली होती. वासुदेवांच्या जन्मगावापासून सुरुवात केली होती. ते जन्मगाव गेल्या पन्नाससाठ वर्षांत अगदी पूर्ण बदललं होतं. तिथलं वातावरण वगैरे सारं कल्पनेवर सोपवायला हवं होतं. सुदैवानं जन्मगावाला तसं फार महत्त्व नव्हतं. वासुदेवांच्या जन्मानंतर आठदहा महिन्यांनीच सर्व कुटुंब मुंबईला स्थायिक झालं होतं. मग पुढली अनेक वर्षे शाळा, कॉलेज. पहिली नोकरी. ते मुंबईतच होते. त्यांच्या जवळच्या-दूरच्या मुंबईकर नातेवाईकांकडून थोडीफार माहिती मिळाली होती. त्यात काही महत्त्वाचे संदर्भ हाती लागले होते. कॉलेजच्या वर्षात त्यांना संस्कृतची गोडी लागली होती. जयदेवाचं 'गीतगोविंद', कालिदासाचं 'मेघदूत'- त्यांच्या हस्ताक्षरातल्या टीपा असलेली ही पुस्तकं पाहायला मिळाली होती. या टिपा पाहताना अगदी पहिल्या कवितांमधले संदर्भ स्पष्ट झाले होते.

वासुदेवांनी निरनिराळ्या शहरांमधून नोकऱ्या केल्या होत्या. त्या त्या शहरांतून, त्या ऑफिसांतून वीणानं त्यांच्या सहकाऱ्यांच्या गाठीभेटी घेतल्या होत्या. परकी अनोळखी माणसं, अपुरा वेळ, राहण्याच्या अडचणी यांतून वाट काढीत काढीत जे

मिळेल ते पदरात पाडून घेतलं होतं. निरनिराळ्या लहानमोठ्या शहरांतून 'फऽऽर' असा कर्कश्श आवाज करीत जाणाऱ्या रिक्शामधून रुक्षगद्य माणसांना ती भेटून आली होती. हेड सुपरवायझर दोराबजी, रिजनल मॅनेजर डायस, डेप्युटी डायरेक्टर सोनटक्के, असल्या माणसांना– नव्हे, त्यांच्या उपाध्यांना– चिठ्ठ्या पाठवताना आपल्याला भेटणार आहेत ती माणसंच असतील यावर विश्वास बसत नव्हता. भेट मिळविण्यासाठी चिठ्ठीवर कोरडेपणानं कारण लिहायचं. मग प्रत्येक माणसाच्या कामधामाप्रमाणं, प्रकृतिधर्माप्रमाणं होणारी ताटकळ सहन करायची.

बऱ्याच वेळानं आत गेल्यावर डायसच्या चेहऱ्यावर 'कोण घाटण आली आहे नसत्या चौकश्या करायला?' असा त्रासिक प्रश्न. एकसारखी माणसंच माणसं भेटायला येत राहिल्यामुळं वैतागलेला, पण पारशी माणसाच्या अंगभूत चांगुलपणानं, प्रत्येकाशी नीट वागू पाहणारा दोराबजी. मखिजाकडे चिठ्ठी पोचल्यापोचल्या बोलावणं. त्याची अघळपघळ उत्तरी आदब व उल्लूमशालजी वागणं.

वीणानं विषयाला सुरुवात केल्यावर जवळजवळ प्रत्येकाच्या चेहऱ्यावर औदासिन्य: वासुदेव होय? होते इथं पूर्वी... आठवणी? सांगण्यासारखं विशेष काही नाही. लक्ष लावून काम करीतच नसत कधी. सहकाऱ्यांत इंटरेस्ट नाही. कुणाकडे जाणं-येणं नाही. तंद्रीत असायचे... पीत असत का हो? का नशे-बिशेची सवय होती?... कवी होते म्हणता? मग असेल बुवा! हाऽ हाऽ हाऽ!...

सोनटक्के तर उघडउघड असूयेनं म्हणाले, "काय एकेका माणसाचं नशीब असतं हो! इथं होते तेव्हा इतक्या सुरेखसुरेख बायका त्यांना भेटायला येत आणि आता ते वारल्यानंतरसुद्धा चौकशी करायला तुम्ही..."

ना कुणाला कसली जाण, ना समज. सगळं हेटाळणीवजा बोलणं. सहजपणं नोकऱ्या सोडू शकणारा पैसेवाला म्हणून सहकाऱ्यांनी हेवा करायचा. पुरेशी होयबागिरी केली नाही, जीव तोडून काम केलं नाही, म्हणून वरिष्ठांनी नाराजी दाखवायची.

हेवेदावे, हेटाळणी, ईर्ष्या, दुनियादारी! आपल्या हातून कधी कवितेची एक ओळ उमटली नाही. आपलं कविहृदय नाही, तरी सहन होत नाही. माणसांच्या जंगलातून पळून जावंसं वाटतं. वासुदेवाचं काय झालं असेल? शिकारी कुत्र्यांनी चहू बाजूंनी रान उठवावं, आणि पाठोपाठ दौडत येणाऱ्या घोडेस्वारांनी एका इवल्याशा कोल्ह्याला सैरावैरा पळवून शेवटी टिपून मारावं! म्हणून अखेरीस माणसांच्या जंगलातून उठून जाऊन वासुदेवांनी या पहाडांचा आश्रय घेतला होता?

नकाशा काढलेल्या हातातल्या पत्त्याच्या कागदाकडे पाहत, अधूनमधून कुणाला तरी विचारीत वीणा चालली होती.

‘स्वर्लोक’ कहाँ है?’’

‘‘क्या कहा आपने? सरलोक?’’

‘‘वासुदेवजीका मकान. बता सकते है आप?’’

‘‘क्यों नही जी? कितने लोगोंको बताया है मैंने.’’

तो अनोळखी माणूस तिच्याबरोबर वाट दाखवायला निघाला. चालता चालता बोलत राहिला.

‘‘वो तो गुजर गये.’’

‘‘जानती हूँ.’’

मग त्यांच्या पत्नीविषयी बोलत राहिला.

‘‘बीवी जवान है. बेचारी! बालबच्चे पण नाहीत. परदेशात अकेली पडली आहे. तसे तिचे रिश्तेदार येऊन खबर घेऊन जातात. दोन भाई आहेत. आलटूनपालटून येतात. पूर्वीही यायचे वासुदेवजी असताना. तेव्हा आपापल्या खुबसूरत बायका घेऊन यायचे. अलीकडे मात्र अकेलेअकेले येऊन जातात...’’

वीणा त्याच्या बडबडीकडे फारसं लक्ष न देता, हुंकार देत देत अधीरपणं पुढंपुढं चालली होती. हे असलं रुक्ष बोलणं आत्ता नको होतं. प्रवासात लागलेली सुंदर तंद्री तिला मोडून घ्यायची नव्हती.

सारी वस्ती मागं पडली. प्रशस्त माळ सुरू झाला. डोंगरमाथ्यावरचा माळ. हिरवागार. लंबाचौडा. विस्तीर्ण आकाशाखाली पसरलेला. आणि एक घर नजरेच्या टप्प्यात आलं.

‘‘ये रहा मकान.’’ बरोबरचा माणूस म्हणाला.

वीणा दुरूनच ते विचित्र आकाराचं घर न्याहाळीत राहिली. लांबीरुंदीच नाही, फक्त उंची असलेलं घर, मनोऱ्यासारखं, जमिनीतून एकाएकी उगवलेल्या ताठ कोंबासारखं. विनासंदर्भ, अप्रस्तुत. तिला वासुदेवांच्या एका कवितेतल्या ओळी आठवल्या:

‘आकाशाखाली मत्तपणे पहुडून चंद्राची प्रतीक्षा करणाारा नग्न माळ...’’

चंद्र क्षितिजावर येता येता त्या माळाला ‘तन अनावर, मन अनावर’ होतं. आणि तत्क्षणी पर्युत्सुक अवस्था होते.

भान विसरून या माळाकडे, त्यावर मधोमध उभारलेल्या या घराकडे वीणा पाहत राहिली. बरोबरच्या माणसाला निरोप द्यायचा, थोडी टिप द्यायची, सारं विसरून.

सगळे संदर्भ आता इथं सापडतील. आतापर्यंत जवळजवळ सगळीकडेच अपेक्षाभंग पदरी आले. नातेवाईक, सहकारी, पहिली पत्नी– सगळ्या पूर्वकल्पना

वस्तुस्थितीच्या माऱ्यासमोर पत्त्याच्या बंगल्याप्रमाणं जमीनदोस्त झाल्या होत्या.

पण आतापर्यंतचा सारा प्रवास वासुदेवांनी टाकून दिलेली माणसं, सोडलेल्या नोकऱ्या आणि शहरं यांच्यामधून झाला होता. आयुष्याच्या अखेरीस पूर्ण विचारानं त्यांनी हा परिसर, ही पत्नी निवडली होती. हा परिसर दिसतो, उमजतो आहे. मृत्युघटकेपर्यंत साथ दिलेली पत्नी– उर्वशी भेटेल. तिनं वासुदेवांच्या आठवणी जपल्या असतील, त्यांची हस्तलिखितं, कवितांची मूळ रूपं असलेल्या वह्या, जुनी-नवी पत्रं...

जुनी पत्रं पाहायला मिळतील एवढी माफक अपेक्षाही त्यांच्या प्रथम पत्नीकडे पुरी झाली नव्हती. तिला भेटायला जाताना वीणाच्या मनात स्पष्ट पूर्वकल्पना होत्या. महत्त्वाकांक्षी, स्वतःच्या करियरपुढं कशाची पर्वा न ठेवणारी स्त्री. कोमल, हळव्या मनाच्या पुरुषांना गिळून टाकणाऱ्या स्थूलांगी पुरंध्री असतात, तसली विदुषी. पण इतिहासाची डॉक्टरेट मिळालेल्या बाईनं नवऱ्याची पत्रं जपून ठेवली असतील. बाकी काही नाही तरी ऐतिहासिक दस्तऐवज म्हणून.

प्रत्यक्षात भेटली ती एक मोडकळीला आलेली स्त्री. तळापासून छतापर्यंत पुस्तकांनी व कागदपत्रांनी भरलेली तिची स्टडीरूम म्हणजे पुन्हा हल्ला होऊ नये म्हणून उभारलेली तटबंदी होती. त्या तटाच्या आत तिनं स्वतःला कोंडून घेतलं होतं.

ती फारसं बोललीही नाही. आपल्यावर अन्याय झाल्याचा आव नाही. दुःखाचं प्रदर्शन नाही. पण आपण एके काळी वासुदेवांचं पत्नीपद भूषवलं याचा अभिमानही नाही. सारे भावनिक संबंध संपलेल्या ऐतिहासिक कालखंडाबद्दल असावी तशी निर्विकार तटस्थता.

त्या वेळी लिहिलेल्या कवितांचे पहिले खर्डे, तेव्हाच्या प्रसिद्ध न केलेल्या कविता यांपैकी काही आहेत का, असं विचारल्यावर तिनं लगेच एक फाईल काढली.

नीट लावून ठेवलेले चतकोरनितकोर कागदांचे तुकडे. प्रत्येक कागदाच्या मागल्या बाजूला टाकलेल्या तारखा वेगळ्या हस्ताक्षरातल्या. त्या तारखांकडे बोट दाखवून वीणानं विचारलं, ''हे आपलं अक्षर का?''

''हो.''

एक जुनं, पिवळं पडलेलं ट्रॅमचं तिकीट होतं. मागल्या बाजूला कवितेतली एकच परिचित ओळ असलेलं.

वीणा ते कागद पाहत असताना, टिपणं करीत असताना, बघून झालेले

कागद ती एकीकडे पुन्हा शिस्तवारपणं लावत होती. जुन्या पत्रांबद्दल पृच्छा केल्यावर तिनं विचारलं, "पत्रं? कशाला?"

"चरित्र आणि काव्य यांचे धागेदोरे जुळवीत प्रबंध लिहायचा आहे."

"चरित्र? अवघड आहे. अवघड आणि अशुद्ध." मग जरा वेळानं वीणाकडे निरखून पाहत तिनं विचारलं, "तुम्ही स्वत: भेटला होतात का कधी वासुदेवांना?"

"नाही." म्हणताना वीणाला अपराधी, ओशाळं वाटलंच.

"तरीच!" ती उद्‌गारली होती. वीणाला अर्थबोध झाला नव्हता.

पत्रांविषयी पुन्हा आग्रहानं विचारल्यावर हातातली फाईल नीट ठेवून देत ती म्हणाली, "पत्रं ठेवली नाहीत मी. कदाचित मला त्याचं महत्त्व समजलं नसेल."

यानंतर वैयक्तिक प्रश्न विचारायचे म्हणजे जरा आगाऊपणा होणार होता. पण चरित्राचे धागे जुळवायचे म्हणजे...

"आपणा उभयतांचं... आपलं दोघांचं..."

"का पटलं नाही, असंच ना? साधी गोष्ट आहे. वासुदेव कवी होते. कलावंत होते. मी सामान्य स्त्री. कलावंताचे कायदे, नीतिनियम निराळे. कलावंताला जे लागतं ते मला देता आलं नसेल."

थांगपत्ता लागू न देणारं, उडवाउडवीचं उत्तर. वीणानं नेट धरून पुन:पुन्हा विचारल्यावर ती म्हणाली, "हिऱ्यासारखे तास पाडलेलं काचपात्र असतं. पाहिलं असेल तुम्ही. त्याला तडा गेलेला असला तर ती चीरसुद्धा प्रकाशाच्या धारांनी झगमगून उठते. रंगांची बरसात होते. पण तसल्या पेल्यातून पाणी प्यायचा प्रयत्न केला तर..."

या कोड्यातल्या बोलण्याचा अंदाज येण्याअगोदरच विषय संपवीत ती म्हणाली, "जाऊ दे. वासुदेव नामवंत कवी. मी काहीही सांगितलं, तरी त्याला आत्मसमर्थनाचा वास येणार."

"आपण मला कुणाचं नावगाव, इतर तपशील सांगू नका. पण दुसऱ्या कुणा तरुणीच्या प्रेमात पडून वासुदेवांनी..."

"इतकं साधंसरळ नाही ते... नाही. नको. मला माफ करा तुम्ही. मी सांगू शकत नाही काही."

क्षणभरच तिचा चेहरा जुन्या रागानं, दु:खानं विवर्ण झाला. दुसऱ्याच क्षणी तिनं स्वत:ला सावरलं. सारी कवाडं बंद करून घेतली.

आता समोर सताड उघडं फाटक असलेली बाग आहे. जपूनजपून वाढवलेली नाजुक शहरी बाग नव्हे. मनमोकळी वाढलेली, रानवट वाटणारी फुलझाडं. फुलांनी

बहरून आलेली मोठमोठी जिवस फुलं. बिनवासाची असावीत. पण रंगांची काय उधळण आहे! येणाऱ्या प्रत्येकाचं कसं उसळतं स्वागत आहे. प्रवासातल्या या शेवटच्या उंबरठ्यावर उत्कंठ मनानं थबकून वीणा उभीच राहिली.

थोड्याच क्षणात घराच्या उघड्या दारातून एक तरुण मुलगी बाहेर आली. ही वासुदेवांची पत्नी? चेहरा दिसतच नव्हता. आकाशी रंगाचा सलवार-खमीज. खांद्यावर तलम दुपट्टा.

वीणा बागेत शिरली आणि तिनं हाक दिली, ''मिसेस वासुदेव?''

ती तरुणी पुढं आली. लहानसा रेखीव चेहरा. त्याला केसांची काळी कुरळी महिरप. बाहुलीसारखी सुंदर. तरुण. पंचविशीचीही नसेल. तिचं रूप पाहून वीणाला धक्काच बसला. चालताना होणाऱ्या लोभस हालचाली, देहाकृतीची ही वळणं, ही कोवळीक. वासुदेवांची पन्नाशी केव्हाच उलटली होती. ही विशीतली लावण्यखनी!

विश्वास बसत नसल्याप्रमाणं चमकून वीणा टक लावून पाहतच राहिली होती. तिच्याकडे पाहता पाहता वाटलं : आपल्याला वासुदेवांची काहीच ओळख पटली नाही. त्यांच्या कविता पुन्हापुन्हा वाचून त्यांची पत्नी अतिशय सुंदर असेल एवढंही समजू नये?

स्वत:ला कसंबसं सावरीत वीणा म्हणाली, ''मैं-वीणा देसाई.''

''या या. मी आपलीच वाट पाहत होते.'' स्पष्ट, सौम्य मराठी शब्द. ''मीच उर्वशी वासुदेव.'' चांदीच्या लहान घंटा किणकिणाव्या तसा मधुर आवाज.

''आपल्याला भेटण्याची फार उत्सुकता होती.'' वीणा म्हणाली.

त्यावर साधं हसून तिनं वीणाचा हात हाती घेतला आणि ती घराच्या दिशेनं चालू लागली.

हात हाती घेतल्यावर सूक्ष्म अंगसुगंध जाणवला...

'अंगफुले गंधलोळ'

शेवटच्या तीन वर्षांत लिहिलेल्या एका कवितेतली ओळ. कविता पुन:पुन्हा वाचली. तिचा अर्थ शोधीत राहिलो. मृत्युवार्ता वाचल्यावर तो अर्थ सापडलासं वाटलं. तेच शब्द नव्या अर्थाचे भार पेलीत समोर प्रत्यक्ष उभे राहिले आहेत.

शेवटल्या कविता... शेवटल्या वर्षात साथ दिलेली ही पत्नी... मृत्यू...

हातपाय धुऊन जरा विश्रांती घेतल्यावर उर्वशीनं वीणाला घर दाखवलं. तळमजला पाहिलाच होता. जेवणघर व बसण्याउठण्याची खोली. भातुकलीचा डाव मांडावा तशी लहानशा जागेत केलेली सुबक नीटनेटकी मांडामांड. घराला चिकटून गोल वळणांनी फिरणारा लोखंडी जिना. पहिल्या मजल्यावरच्या खोलीत डबल बेड. ऐसपैस. बसायला आरामखुर्च्या. एक टीपॉय. एक आरशाचं कपाट. शेजारी

बाथरूम.

"ही तुमची बेडरूम का?"

"नाही. बेडरूम वरती आहे. ही पाहुण्यांकरता. बाकी पाहुणं कोण? तशी सगळी माणसं आपलीच असतात. आपलीशी, वश करून घ्यायची असतात."

वासुदेवांचे शब्द आठवले:

'नजरेच्या बोलाने

बोलाने मोहवून

अपलविले

स्पर्शमिषे वश केले...'

वळणं घेऊन चढत आणखी वर गेल्यावर शयनगृह. मधोमध मोठा पलंग. सगळी खोलीच त्या प्रशस्त पलंगानं भारून टाकलेली. कोरीव काम केलेलं जुनं शिसवी लाकूड. त्यावर जाड मऊ गादी. मऊमऊ उश्या. त्यांवर रेशमी आच्छादन, पलंगा चौकटीवरून सोडलेली मच्छरदाणी. शृंगाराचीच याद येईल असा विलासी पलंग... ही पत्नी... मृत्यू...

"वासुदेव इथंच वारले का?"

"हो. इथंच." प्रसन्न उत्तर.

"मृत्यू कशानं आला?"

"ती एक गंमतच आहे. त्यांना एवढं मोठं दुखणं आहे याची मला गंधवार्ताही नव्हती. वासुदेवांनी पत्ताच लागू दिला नाही. प्रकृती बरी नव्हती. पुढंपुढं चालणं– फिरणंही कठीण झालं. त्याचीही खंत नव्हती. ते म्हणत, "नजरेत जादू कायम आहे. ओठावर काव्य आहे. बोटांतून अक्षरं उमटताहेत. सतत संगतीला, भल्याबुऱ्या मदतीला तू आहेस. मला काय कमी आहे?" सारं अव्याहत चालू होतं. एक दिवस एकाएकी सर्व संपलं. त्यांना शांत मृत्यू आला. नंतर समजलं, कॅन्सर झाला होता. पण त्यांनी कसलेच उपचार करून घ्यायचं नाकारलं होतं. वासुदेवांच्या आयुष्यात दुसरं कोणतंच गूढगुपित नव्हतं. सगळा खुला कारभार. ही शेवटची भेट त्यांनी गुप्त राखली. का बरं?"

'का बरं?' वीणाच्या मनात प्रतिध्वनी उमटला. का बरं? सारखा चकवा, हुलकावणी. इथं आपल्याला कदाचित उत्तर सापडेल.

भिंतीवर चहू बाजूंनी वासुदेवांचे फोटो. बागेतला. माळावर घेतलेला. चेहऱ्यावर किंचित हास्य असलेला. अगदी गंभीर, एकाग्र, टेबलाशी बसलेला, पाहणाऱ्याकडे रोखून पाहत असलेला. तीच हुकमी नजर-खिळवून टाकणारी. छायाचित्रातल्या नजरेलाही नजर देववत नव्हती. का बरं? ही कसली भीती? अजूनही?

"आणि वासुदेवांची स्टडी कुठं आहे?" त्या नजरेनं किंचित गडबडून वीणानं विचारलं.

शयनगृहाच्या शेजारीच पार्टिशन घालून पाडलेली स्टडी. लिहिण्याचं मोठं टेबल. खुर्ची. टेबलावरच्या भिंतीवर मोठं उघडं शेल्फ. वह्या-कागदांनी भरलेलं.

"हे सगळे वासुदेवांचे कागदपत्र?"

"हो ना."

"काय काय आहे यांत? हस्तलिखितं, कविता? पत्रव्यवहार? प्रसिद्ध न झालेल्या कविता?"

"हस्तलिखितं आहेत. त्यांच्या पुस्तकांच्या पहिल्या आवृत्त्या आहेत. डायऱ्या आहेत."

"काय? डायऱ्या आहेत?"

"असं वाटतं मला. तुम्ही चार दिवस राहणार. बरंच पाहायचं असेल तुम्हाला. आत्ताच सुरुवात करणार का? मी जेवणाचं पाहते." वीणाला तिथंच सोडून उर्वशी खाली गेली.

कागदांकडे पाहत वीणा उभीच राहिली. कल्पना केली होती त्याच्या दसपट कागदपत्र होते. चार दिवसांत हा सारा खजिना कसा पाहून होणार? काही सुचत नव्हतं, लक्षात येत नव्हतं. वीणा मटकन् खुर्चीवर बसली. समोरच्या शेल्फकडे पाहता पाहता तिच्या डोळ्यांत अश्रू उभे राहिले.

जेवताना वीणा पुष्कळच शांत झाली होती.

"तुमची प्रथम भेट कुठं झाली?"

"नजरभेट एका हॉटेलात झाली. माझं लग्न ठरलं होतं. आणखी दोन महिन्यांनी व्हायचं होतं. त्या मुलाबरोबर मी आले होते. समोरच्या टेबलापाशी वासुदेव बसले होते. माझ्याकडे सारखे टक लावून पाहत होते." सांगता सांगता मधेच थांबून उर्वशीनं विचारलं, "वासुदेवांना पाहिलं होतं तुम्ही कधी?"

"हो." इथं शरमेनं नकार देण्याची वेळ आली नाही.

"मग समजू शकेल तुम्हांला. मी नजर चुकवीत होते. माझ्या होऊ घातलेल्या नवऱ्याचं बोलणं ऐकण्याचा प्रयत्न करीत होते. जराशानं वासुदेव उठले. जाता. जाता आपलं कार्ड आम्हा दोघांसमोर सरकवून म्हणाले, "हे माझं नाव. हा पत्ता असू द्या तुमच्याकडे."

माझा नवरा चिडला, 'हलकट, पाजी इसम!'

"मी काहीच बोलले नाही." सांगता सांगता उर्वशी हसली. त्या तरुणापुढंही ही अशीच हसली असणार. गोड, किणकिणं, पण दखल न घेणारं हास्य.

"मग?" वीणानं विचारलं.

"त्यावर आणखीच चिडून तो म्हणाला, 'मघापासून लक्ष कुठं आहे तुझं?' मग मात्र बोलत होता ते सारं मी लक्षपूर्वक ऐकलं."

"वासुदेवांचं काय झालं?"

"दुसऱ्या दिवशी मी त्यांना भेटायला गेले. घरात शिरल्याशिरल्या त्यांनी माझे हात हातांत घेतले. म्हणाले, ये. वाट पाहत होतो."

"मग?"

"तिथून पुढं सारं स्पष्टच होतं." निष्कपट मुद्रेनं उर्वशी मंजुळपणं सांगत होती, "दुसरं काहीच शक्य नव्हतं."

ही कोवळी मुलगी आपला ठरलेला विवाह मोडून, आईबाप, प्रतिष्ठा— सारं सोडून वासुदेवांबरोबर निघून गेली होती.

"आईवडील फार रागावले. म्हणाले, 'वयस्क आहेत, दुसऱ्या जातीचे आहेत हे आम्ही नजरेआड केलं असतं. या मुलाचा तू विश्वासघात करते आहेस हे देखील पोटात घातलं असतं. पण निवडलास तो असा माणूस?"

"असा म्हणजे?"

"म्हणजे वासुदेवांसारखा! आईवडील, भाऊ साऱ्यांनी माझं नाव सोडलं, वासुदेव गेल्याला इतके महिने झाले, तरी अजूनसुद्धा संबंध तोडलेलेच आहेत."

तो वाटाड्या तर उर्वशीचे दोन भाऊ खबर काढायला येतात असं काहीतरी म्हणाला होता. की नव्हता?

"आईवडिलांनी मी परदेशी गेल्याची हूल उठवली. वासुदेवांनी आपली पत्नी उत्तरेकडची आहे असं सांगायचं ठरवलं."

सारंच चमत्कारिक, पचवायला कठीण होतं. पण तरीही वीणाला उर्वशीच्या धाष्ट्याचं अप्रूप वाटलं. एका क्षणात आव्हान जाणण्याची, ते पेलण्याची ही ताकद...

"मग तुम्ही लग्न केलं?" एक हकीगत पुढं सुरू करण्याच्या उद्देशानं वीणा म्हणाली.

"लग्न नाही केलं. वासुदेव म्हणाले, 'आपली ओळख तर पटली पाहिजे. वुई विल नो इच अदर ओन्ली आफ्टर वुई हॅव लिव्हड टुगेदर.' वर्षभर आम्ही तशीच एकत्र राहिलो."

"मग लग्न केलंत?"

"नाही. मग बंधनाची कुणालाच गरज उरली नाही."

बसलेल्या धक्क्यातून वीणा स्वत:ला सावरत असताना उर्वशीनं तिचे हात हातांत घेत विचारलं, "फार मोठे कवी होते ना वासुदेव? प्रतिभावंत कवी?"

"हो." वीणानं यांत्रिकपणं म्हटलं.

"प्रतिभेची अशी देणगी असलेल्या कवीसाठी एवढंही करायचं नाही आपण?"

उत्तराची अपेक्षाही नव्हती. वीणानं उत्तर दिलं नाही. ती गुंगत, गुंतत राहिली. वासुदेवांनी दिलेल्या आमंत्रणाचा नि:शंक प्रसन्न स्वीकार. स्वप्नात दिसावा, तसला हा भोवतालचा परिसर. भातुकली मांडल्यासारखा हा छोटेखानी संसार. वासुदेवांबरोबर तृप्त समाधानानं घालवलेली आयुष्याची तीन पूर्ण वर्ष. जगरहाटीचे सारे सारे संदर्भ सोडून देऊन उभवलेलं हे घरकुल... इतकंही नाही करायचं असल्या पुरुषोत्तमासाठी? उर्वशीला ती हिम्मत झाली. इतक्यात एक शंका येऊन वीणानं विचारलं, "तुमचं मूळचं नाव उर्वशी?"

त्यावर हसून ती म्हणाली, "नाही. हे वासुदेवांनी ठेवलेलं नाव."

भारल्याप्रमाणं वीणानं नाव उच्चारलं, 'उर्वशी वासुदेव.' प्रतिध्वनी उमटावा त्याप्रमाणं मनात शब्द उमटले– वीणा वासुदेव.

दोन दिवस वीणा वासुदेवांचे कागद पाहत होती. टिपणं करीत होती. रोज आठदहा तास वाचून, टिपणं करून किंचित हल्लक वाटत होतं. बहुतेक काम होत आलं होतं. पण महत्त्वाचं काहीतरी अगदी हाताबोटांच्या अंतरावर राहून गेल्यासारखं वाटत होतं. कविता समजली नाही की होते तसली अवस्था. शब्द परिचित; अर्थानं मात्र पोबारा केलेला.

वास्तविक चरित्राची तारीखवार रूपरेषा आणि काव्याचा सारा आलेख नजरेसमोर होते. गुप्त खजिन्याच्या औरसचौरस मोठ्या नकाशासारखे. पण नकाशा पाहायची किल्ली सापडू नये असली हुरहूर वाटत होती. तसं पाहता सारंच समजलं होतं असं नव्हे. काही किरकोळ गोष्टी राहिल्या होत्या. डायरीतल्या काही नोंदींचे संदर्भ लागले नव्हते. नोंदी दाखवून उर्वशीला विचारल्यावर ओठांच्या कोपऱ्यात हसून "मला काय कळतं त्यातलं?" एवढंच उत्तर मिळालं होतं. शेवटी वीणानं सध्या या नोंदी जशाच्या तशा टिपून घ्यायचं ठरवलं होतं. त्यांतली शेवटची नोंद ती टिपून घेत होती:

"उर्वशी आज देवकीला घेऊन आली होती. येताना दोघी पावसाच्या सरीनं भिजल्या असाव्यात. की हे उर्वशीचं चातुर्य? गोरी देवकी... ओल्या सोनचाफ्याची पिवळी धमकी... औपचारिक बोलण्यात सारा वेळ फुकट गेला. देवकी पुन्हा केव्हा येईल?..."

न समजलेल्या नोंदी. जन्म-मृत्यू-नोकऱ्यांच्या तारखा. काव्यातल्या ओळी. सारं मनात गरगरत होतं. इथून परत जाण्याची वेळ जवळ जवळ येत होती. आणखी फार तर चोवीस तास– की निघायला हवं होतं. कदाचित नंतर अर्थ

सापडेल. उलगडा होईलही. पण खजिन्याची किल्ली इथंच आहे. आत्ताच ती सापडायला हवी अशी बोचणी मात्र सुटत नव्हती. अशा हुरहुरल्या अवस्थेत उर्वशी एकदा समोर असताना वीणानं विचारलं, ''वासुदेवांना कविता विशेष कधी स्फुरत? कोणत्या विशिष्ट वेळी? काही विशेष कारणानिमित्तानं?''

''कविता स्फुरण्याविषयी मी काय सांगणार? एक गोष्ट मात्र आहे-''

''काय? कोणती?'' वीणानं उत्सुकतेनं विचारलं.

''गुलामअलींची हकीगत माहीत आहे तुम्हांला?''

''कसली?''

''गुलामअलींना प्रत्येक मैफलीअगोदर चवदार खायला लागत असे. कोंबडीचा रस्सा, मटन बिर्याणी, कबाब... स्वत:च्या हातानं पकवून ते जेवत. तृप्त, भरल्या पोटीच त्यांची मैफल रंगत असे.''

''पण गाण्याअगोदर काही खायचं नसतं.''

'सामान्यांकरता हे नियम, बंधनं, वासुदेव म्हणायचे, 'सारे पदार्थ तसे एकच असतात. रसनेची धार जिवंत राहावी म्हणून निराळी रूपं घेऊन येतात. सारी मद्यं धुंद करतात; पण प्रत्येक मद्याची झिंग निराळी.' म्हणायचे, 'रुटिननं इंद्रियांची यंत्रं होतात.''

उर्वशीला मूळ विषयाकडे आणीत वीणानं विचारलं, ''वासुदेवांना मद्य लागत असे?''

''नाही. त्यांना स्त्रीचं प्रेम हवं असे.''

''म्हणजे?''

''पुढंपुढं त्यांचा आजार बळावला असावा. हिंडताफिरता येईनासं झालं, तरी तीच आनंदी वृत्ती! ते म्हणत, 'या टेहळणी बुरुजानं मलाच कैद केलं आहे. हा महंमद आपल्या पायांनी आता पर्वताकडे जाऊ शकत नाही. पर्वताला महंमदाकडे आकृष्ट करण्याचं काम तुझं. माझी नजर शाबूत आहे. स्पर्शात जुनी करामत जिवंत आहे. तोपर्यंत इतकं कर.''

''म्हणजे?''

''वासुदेवांनी माझ्यावरही बंधनं घातली नाहीत. ते म्हणत, ''बागेतल्या फुलासारखं जगता आलं पाहिजे... सुगंध कुणीकुणी घेतला, का घेतला हे सारं अप्रस्तुत.''

''म्हणजे?''

दाट अंधारात वाट चुकून चाचपडत असताना एकदम वीज चमकून समोर अक्राळविक्राळ दरी दिसावी, गूढ स्वप्नातल्या भयप्रद प्रदेशात मोहावून स्वेच्छेनं खोल खोल शिरत असताना अचानक प्रकाशाची भक्क जाग यावी...

“म्हणजे...?” अर्थ समजूनही तोच निरर्थक प्रश्न पुन्हा उच्चारीत वीणा उठली, आणि अजून चोवीस तासांचा अवधी असताना तिनं धडपडत सामान आवरायला सुरुवात केली.

“निघालात तुम्ही?” ओठांच्या कोपऱ्यात हसत उर्वशी म्हणाली.

“हो.”

“वासुदेवांचे कागदपत्र पाहायला आज एक प्राध्यापक येणार होते. मला तर काव्यातलं तसं काही कळत नाही. पण कदाचित तुम्हांला त्यांच्याशी चर्चा करता आली असती.”

“नाही... नको नको.” कोण येणार आहे याबद्दल वीणाला कुतूहलदेखील वाटलं नाही.

“बरं तर, तुमची मर्जी! आज येणारी बस आता तासभरातच येईल आणि आणखी अर्ध्या तासानं परत निघेल. मिळेल तुम्हांला.”

बसची वेळ पाहायला हवी हे वीणाच्या ध्यानातच आलं नव्हतं. नुसता गोंधळ उडाला होता. घाई-घाई झाली होती. पळून जायचं, एवढाच विचार उरला होता.

वीणा बसथांब्यापाशी पोचेपर्यंत बरीच शांत झाली होती. थांब्यावरल्या देहाती माणसांची घरगुती बडबड धीर देणारी वाटत होती. आता पुन्हा माणसांच्यात परत जायचं. आपल्या माणसांत! नवरा, मुलं, आईवडील... कसलाच विचार करायचा नाही. भूकंप होऊन वस्तुमात्र उलटंसुलटं व्हावं आणि रोजच्या वापरातल्या वस्तूंची ओळख पटू नये? उलटेसुलटे फिरलेले हे सारे आकार परत जागच्या जागी स्थिर झाल्यावर मग... मगच...

दूरवरून गावाकडेच येणारी बस दिसू लागली. अधीरपणानं वीणा त्या बसकडे पाहत राहिली. बस पुढं येऊन थांब्यावर थांबली, आणि पुढच्याच सीटवर बसलेला आडव्या पुष्ट अंगाचा जगदाळे खाली उतरला.

◆◆◆

९. चाहूल

हिरव्या मखमलीत रुतून बसलेल्या लाल माणकासारखी ती छोटी बंगली होती. समोर पाचूसारखी हिरवीगार थंड बाग. आजूबाजूला शांत, नीरव आसमंत.

काळ्या पाटीवर चरचरत्या पेन्सिलचा पांढरा ओरखडा उमटल्याप्रमाणं कर्कश्श ब्रेक दाबीत टॅक्सी बंगल्याच्या पोर्चमधे येऊन उभी राहिली. आणि थकिस्त चेहऱ्यानं ती बाहेर पडली. ड्रायव्हरला पैसे देऊन तो निघून गेल्यावर ती बाग, तो सारा आसमंत, नव्यानं पाहिल्याप्रमाणं तिच्या डोळ्यांत उमटला.

पगारी माळ्याखेरीज कुणाची पावलं उमटली आहेत या बागेत? वास्तविक सुनिताचा मुलगा आता चार वर्षांचा झाला असेल. पण ही बाग वांझेच्या दारावरल्या रांगोळीप्रमाणं रेखलेली. बाहेर दगडी कुंपण. 'परवानगीवाचून प्रवेश नाही' ही पाटी लावलेली नव्हती, इतकंच.

परकऱ्या लहानपणी वाचलेली ऑस्कर वाइल्डची गोष्ट आठवली. पोरंटोरं हाकलून काढणाऱ्या स्वार्थी यक्षाची बाग. बाहेर वसंत असो, ग्रीष्म असो, सतत बर्फाळलेली. यक्षानं मुलांना मुक्तद्वार दिल्यानंतर फुलून-फळून आलेली. आणि मग, यक्षाच्या मरणक्षणी, हातावर खिळ्यांच्या रक्तखुणा असलेल्या त्या कोवळ्या मुलानं केलेली आभाळाएवढी परतफेड.

अलीकडे काय काय आठवत होतं! मागचं मागचं! हिरव्या रंगाचे लपकेच्या लपके सांडल्याप्रमाणं दिसणारी आपली बाग– ती बर्फाळलेली आठवावी?

बंगलीच्या चार पायऱ्या चढून ती वर आली. ड्रॉइंगरूममधल्या प्रशस्त खुर्चीवर अंग टाकून बसली. समोर उसळत्या लाटांचं स्तब्ध, गोठवलेलं तांडव! पिस्तुल रोखून थोपवल्यासारखं! नित्यपरिचयाचं चित्र. एक सजीव क्षण कसाबसा पकडलेलं मृत चित्र. ओल्या-खाऱ्या क्षणोक्षणी, कणकण नाचणाऱ्या पर्वतप्राय लाटांचं दीडहाती विद्रूप सोंग! रंग, रेषा, शब्द, सूर– कसलीही आकृती असो, शेवटी माणसाच्या हातनं परमेश्वरी सृष्टीचं वीतभर विडंबन तेवढं होतं?

तिनं मान हलवून डोकं झटकलं. डोळे गच्च मिटून घेतले. बांधून ठेवलेल्या सिल्कीनं लाडात येत 'कूं कूं' असे आवाज केले, साखळीच्या अंदाजानं दोन उड्या मारल्या, पण तिनं डोळे उघडले नाहीत. सिल्कीलासुद्धा चाहूल लागली आहे. गेल्या दोन रात्री ती अधूनमधून अभद्र रडते. तो आवाज ऐकून आपली झोप उडते. नवरा शेजारी बिनघोर झोपलेला असतो.

लागून असलेल्या किचनमधला कुक डोकावला. एकट्यानं परतलेल्या मालकिणीला पाहून विस्मयानं त्याच्या भुवया किंचित उंचावल्या. पण तिचा चेहरा, बंद डोळे पाहून नेहमीच्या सवयीनं त्यानं प्रश्न मनातच जिरवले. एकच विचारला, "चहा आणू?"

"नको."

तिला संभाषण नको होतं. थोडा वेळ अगदी एकाकी, एकाग्र बसून राहावं, कुणी डिवचू नये, असं वाटत होतं. डोळे किंचित किलकिले करून अंगावर पदर, पांघरून घेताना आपल्या हाताचा शिरा टचटचलेला पंजा पाहून तिला उन्मळून आलं. जागजागी जरामुद्रा उमटू लागलेलं शरीर. या खुणासुद्धा स्पष्ट उमटण्याइतका अवधी उरला नसेल.

वेळ हवा होता. थोडा निवांत वेळ हवा होता!

आज, आत्तादेखील निवांतपण मिळणार नाहीये. चुटकी वाजवल्याइतक्या थोड्या वेळात नवरा येईल. आपल्याला इथंच, बाहेर यायच्या कपड्यात बसलेलं पाहून आश्चर्यानं विचारील, "हे काय? डॉक्टरकडे का आली नाहीस? कुठं गेली होतीस एकटीच?"

प्रश्न! चौकश्या! "कुठं गेली होतीस?" या प्रश्नाचं उत्तर द्यायचंच नव्हतं. पण उत्तर दिलं नाही, तरी हातातलं कागदाचं भेंडोळं पाहून तो ओळखणार, विचारणार...

ते भेंडोळं तिनं घाईघाईनं, उठून खणात टाकलं. त्या बाबतीत अजून संकोच उरला होता. त्यानं अपॉईंटमेंट चुकवल्याबद्दल नाराज व्हावं, रागवावं, पण ते प्रश्न नकोत. राजहंसाकडे झालेलं संभाषण सांगावं लागू नये.

भाजल्यानंतर त्या ठिकाणी कितीतरी वेळ आगआग होत राहावी, त्याप्रमाणं त्यांचे शब्द मनात जळत होते!

"तुमची 'कुंभाराची माती' फार चांगली होती प्रेमाबाई. आवाका मोठा होता. प्रॉमिस होतं..."

प्रकाशक तुमच्या जुन्या, फार वर्षापूर्वी लिहिलेल्या पुस्तकाबद्दल आस्थेनं बोलू लागले की समजावं!

"कुठं कुठं कच्चे दुवे राहिले होते, ते सुद्धा कादंबरी स्वाभाविक वाटण्यापुरते होते. नाहीतर कादंबरीतले सगळे दुवे दोरखंडानं करकचून बांधले की, तिचा जीवच जातो हो!"

'सतीचं वाण' मधे थोडेसे कच्चे दुवे राहिलेत की नाही याचा, धन्यामागं फरफटत जाणाऱ्या कुलुंग्या कुत्र्याप्रमाणं, ती विचार करू लागली.

"काय काय वाचलंत हल्ली? ते घोसाळकरांचं 'प्यादी' वाचलंत?" राजहंसांनी अगदी सहज दुसरंच बोलणं काढलं.

"नाही."

"फार चांगलं आहे हो! पाण्याच्या धारेसारखं ओघवान, निर्मळ अगदी! नाहीतर तांब्याचा पैसा उगाळून भांग चढवावी तसलं लिहितात लेखक हल्ली! उगाचच मोले रडाया घातल्यासारखं!"

"कशाविषयी आहे?" घोसाळकरांच्या पुस्तकाविषयी मनात मुळीच उत्सुकता नसेना का, फरफट चालूच होती.

"घरी आहे माझ्याकडे. पाठवूनच देतो तुम्हाला."

'घरी या' नाही. 'आणून ठेवतो, पुन्हा या आणि न्या' नाही, 'पाठवून देतो!' म्हणजे पुन्हा भेटायला नको!

मग जिवात जीव आणीत म्हटलं, "माझं हस्तलिखित?"

"वा:! वाचून ठेवलंय ना! हे घेऊन चला. कुणाकडे द्यायचा विचार आहे? 'वनलता' प्रकाशनाकडे? तुमचे नेहमीचे प्रकाशक आहेत. घेतील ही कादंबरी."

"पण," एकदम कसाबसा धीर करून विचारलंच, 'तुमचा नाही का विचार?"

"विचार काय, विवेकच करावा लागतो हो नेहमी! नीरक्षीर वगैरे!" ही नेहमीची शिळी झालेली कोटी. त्यावर तोंडदेखलं हसणं सोडा, मान वर करण्याचेही कष्ट तिनं घेतलं नाहीत.

सिगारेटच्या पाकिटावर उभी सिगारेट ठोकल्याचा आवाज आल्यावर वर पाहावंच लागलं. बोलणं संपल्याची ही राजहंसांची खूण! खरं तर लगेच उठायचं. तर असहायपणं बसूनच राहिलो आपण. सिगारेट ओठांत धरीत लायटर पेटवतापेटवता

ते म्हणाले, ''काही चांगलं लिहिलंत म्हणजे द्या आणून माझ्याकडे.''

त्या लायटरच्या ज्वाळेप्रमाणं मनात काहीतरी भक्कन पेटलं. लहानपणी गावाला मामाकडे असताना पाहिलेली आग– समोरच्या जुन्या वाड्याला लागलेली. वाड्यात पुष्कळ, सातआठ बिऱ्हाडं होती. त्यांतल्या त्या दोघी शेजारणी. एकीला पाठोपाठची सहासात मुलं; दुसरी तशीच– बिनमुलांची.

दुपारी जरा पडायची वेळ झाली की, हिची मुलं नेमकी वैर जागवायला बसल्याप्रमाणं ओरडायला लागत. डोळे चोळीत ती बिनमुलाची बाहेर येई. चांगल्या खमंग शिव्या देई.

तिचा पहिला शब्द फुटला की पोरांची आई आलीच बाहेर! तिच्या बोलण्यातला मंत्र एक– ''तुला नाहीत पोरं, मग कशाला पाहवेल तुला ही माझी दौलत?''

यावर अंगाचा भडका उडल्याप्रमाणं ती तावातावानं करवादत असे, ''जन्म दिला म्हणेज सगळं झालं की काय? तू कसली आई? मुलांना दोन वेळा धड गिळायला घालवत नाही तुला! सदा पाहावं तर तू पासललेली! मुलं हिंडताहेत भीक मागत शेजारघरातनं!''

''अगं हो ग! तू ओत तुझं सगळं शिजवलेलं अन्न गटारात! माझी पोरं सुकली नाहीत तसल्या अन्नावाचून!''

सगळ्या आळीला रोजच तमाशा! पण किती भांडणं झाली, तरी हिची मुलं रोज तिच्या घरी जातच. तिच्या घरी दोन माणसं– नवरा न् बायको. पण लाडू-वड्यांनी डबे भरलेले असायचे. मुलांच्या हातावर खाऊ ठेवल्याखेरीज तिला दिवस ढकलत नसे. विशेषतः हिचा सर्वांत धाकटा होता दीडदोन वर्षांचा. त्याच्याविना तिला पाण्याचा घोट जात नसे.

वाड्याला भक्कन आग लागलेली दिसली, तेव्हा संध्याकाळचा करकरा काळोख पडायला लागला होता. आग अशी एकदम चहूबाजूंनी वेढून आली. पाणी ओतल्यावर मुंग्या वारुळातून भसाभसा बाहेर याव्या, तशी सगळी माणसं बाहेर धावली आणि आगीचा नाच पाहू लागली.

दोघी शेजारणी बाहेर आल्याच होत्या. आल्या आल्या पोरांच्या आईची मुलं शेजारणीनं मोजली. त्यात तो धाकटा कुठं दिसेना.

''वसंता कुठाय?'' तिनं किंचाळून विचारलं.

''इथंच असेल की!'' म्हणत त्याची जन्मदात्री वेंधळेपणानं इकडेतिकडे पाहू लागली.

''मुलगा राहिला – मुलगा राहिला!'' असा गोंगाट झाल्याबरोबर ती सुसाट आत शिरली. लोक अवाक होऊन पाहतच राहिले. मुलांची आई आपल्या दुसऱ्या

दोघांना पोटाशी धरून गोंधळ घालीत होती.

आगीचा रोरांव वाढत राहिला. कडीपाट, तुळया फुटून जळू लागल्याचे आवाज येत राहिले. दर्शनी दरवाज्याचा वरचा भाग पेटून, त्याची लाल-पिवळी महिरप झाली. दहा मिनिटं, अगदी घड्याळातली लांबचलांब दहा मिनिटं, कसलीच हालचाल दिसली नाही. आणि मग दाराच्या महिरपीखालून एक पेटती मशाल धडपडत बाहेर आली.

अंगावरल्या ज्वाळा निमून बाई आणि खांद्यावरलं मूल यांच्या आकृत्या स्पष्ट होताहेत, तोवर स्लो मोशन पिक्चरमधल्या हालचालीप्रमाणं ती हळूहळू गुडघ्यांवर ढासळली; मग तशीच सावकाश आडवी झाली.

गावातला एकुलता एक डॉक्टर येईपर्यंत बाई आणि मूल दोघांचेही प्राण गेले होते.

"काही चांगलं लिहिलंत..."

या दीर्घकथेत वंध्यत्वाचे आणि मातृत्वाचे आलटेपालटे यायचे होते. पण सेंटीमेंटल होईल म्हणून? की...?

सुनीतानं आपल्या पत्राला उत्तरदेखील पाठवलं नाही अजून– विसंगत चुकारपणानं मनात आलं.

"प्रकृती ठीक नव्हती तुमची असं ऐकलं मधे. बरं आहे ना आता?"

राजहंसांचा साधा, औपचारिक प्रश्न. निरोपाचा. पण डोळ्यांत सळकन पाणी भरलं. मान खाली होती म्हणून बरं. पाणी जिरवताना उत्तराशिवाय मिनिट-अर्ध मिनिट सुनं गेलं. नाही. प्रकृतीविषयी इथं तर मुळीच काही बोलता यायचं नाही. प्रसिद्ध लेखिकेची शेवटची कादंबरी म्हणून नको होकार मिळायला.

आणि या विचारापेक्षाही पोटातल्या त्या...

चिवट कंदाप्रमाणं रुतलेली आशंका : ते कळलं, तरीसुद्धा नाहीच म्हणायचे राजहंस!

आता घरी पोचल्यावर तर इतर अनेक कुशंका मनात धुडगूस घालू लागल्या होत्या. 'आमचं पटत नाही' एवढ्या सबबीवर पहिला नवरा सोडून आणि मुलीला वाऱ्यावर सोडून, या वयस्क माणसाशी पैशाकरता दुसरं लग्न केलेली ही धगुरडी बाई आणि कादंबरीचं नाव काय, तर 'सतीचं वाण'!

पांढऱ्या, गुळगुळीत फरश्या बसवलेल्या, प्रशस्त बाथरूममध्ये विलासस्नान करताना श्वास-पाण्याची भेट होऊन जीव घुसमटावा इतकं भांडवल! आणि तेवढ्यावर अफाट समुद्रात बुडून मरणाऱ्या माणसाला अनुभव सांगावा, तशातली गत.

अर्थात राजहंस यातलं काहीच बोलले नव्हते. कधी बोललेच नसते तसे ते!

ऋजु बोलणंवागणं हे त्यांचं जन्मजात वरपांग. कर्णाच्या कवचकुंडलासारखं. अभेद्य. त्याचं दान मागण्याइतकं पुण्य कुण्या भाग्यवंताचं असेलही. आपलं नव्हेच.

"हे काय? डॉक्टरांकडे का नाही आलीस प्रेमा? मी वाट पाहिली तुझी!" तंद्रीतून दचकून जाग आली. पावलांची चाहूलही लागली नव्हती.

"काम निघालं माझं. बाहेर जावं लागलं मला."

"अग, हॉस्पिटलमधून आल्याला आठ दिवस नाही झाले. कशाला तू एकटी इकडेतिकडे जातेस? मी गाडीतून घेऊन गेलो असतो. ताण पडेल ना या दगदगीनं!"

भळभळीत काळजी. सारखं सांभाळीत आगंमागं करणं. म्हणावं ती वस्तू तत्परतेनं हाती देणं.

"काय म्हणत होते डॉक्टर?"

"डॉक्टरांचं उलटंच बोलणं! म्हणाले, 'अमृते, अपेंडिक्स काढावं इतकं साधं ऑपरेशन! तिकडे युरोप-अमेरिकेत काही कारण नसताना, उगीच पुढे रिस्क नको म्हणून हजारो बायका युट्रस काढून घेतात पन्नाशीनंतर. त्यानंतर वीस-पंचवीस वर्षं अगदी सुरळीत, सुखानं जातात."

"आशेवर झुलवत ठेवणं हे डॉक्टरांचं कामच असतं! पण घरातल्या घरात आपणही डोळ्यांवर इतकं जाड, कातडं ओढलंच पाहिजे का?"

"कसं समजावू तुला आता? या करताच मुद्दाम अपॉईंटमेंट घेतली होती. काम आटोपल्यावर इकडे येऊन जायचं कसंबसं कबूल केलं त्यांनी. म्हणाले, 'अमृते, तुमचीच तब्येत मला ठीक दिसत नाही. तुम्हाला तपासायला येतो."

"हो ना! अलीकडे तुम्हांला थकवा येतो. शिवाय कधीकधी हात दुखतो. सीरियसच आहे हे सगळं! त्याच्यापुढं कॅन्सरची काय कथा?"

"तसं नव्हे प्रेमा..."

"करुन घ्या तपासण्या सगळ्या."

"का असं बोलतेस प्रेमा? तुझ्याकरताच डॉक्टरांना बोलावलं आहे. माझं काही आता नडीचं नाही. नंतर भरपूर वेळ आहे. डॉक्टर म्हणत होते, ते सांगितलं मी नुसतं."

ओशाळवाणा, अपराधी चेहरा. अजिजी करीत घेतलेली माघार.

थोडा वेळ तसाच निःस्तब्ध गेला. ती सुन्न बसूनच राहिली. एका हातानं दुसरा हात चेपीत अमृते उठले. सिल्कीजवळ गेले. नेहमीप्रमाणं त्यांच्या अंगावर उड्या मारण्याऐवजी सिल्की मागंमागं सरकू लागली.

"सुनीताचं उत्तर नाही आलं अजून?"

क्षणभर अमृत्यांनी काहीच उत्तर दिलं नाही.

"का इतका उशीर झाला असेल?"

"आलंय पत्र." नाईलाजानं शब्द आले.

"केव्हा आलं? कुठं आहे?" उत्सुकतेनं मनात आशेचं मोहोळ उठलं. समोर चार ओळीचं कार्ड–

"श्री. अमृते यांस,

स. न. वि. वि.

सध्या यायला जमणार नाही. मुलाची शाळा चालू आहे. सवड काढून नंतर येण्याचा प्रयत्न करीन.

–सुनीता."

उघडउघड अनिच्छेनं लिहिलेलं. आपल्या नावदेखील नाही. दोन ओळीसुद्धा आपल्याला उद्देशून नाहीत!

फार वर्षांनी आपण अवघं एक पत्र लिहिलं होतं. आपल्या दुखण्याचं, ऑपरेशनचं, पुढच्या भविष्याचं सविस्तर पत्र. त्याला हे उत्तर!

नऊ महिने हिला पोटात वाढवलं. जन्म देताना वेणा दिल्या. पहिली तीन-चार वर्षे गू-मूत काढलं. नंतर केवळ कोर्टकचेऱ्यांत तिची ओढाताण व्हायला नको, या सुज्ञ विचारानं तिला एकनाथाच्या हवाली केली. आपण उभा जन्म तसाच एकटीनं काढला. पोटची पोरगी, पण तिच्याकडे कधी काही मागितलं नाही.

आता हे उत्तर आलं. हेही एक संपून गेलं. आपल्याला मुलगा झालाच नाही. मुलीचा मुलगा...

किती दिवस राहिले असतील? दहा महिने? वर्ष? सव्वा वर्ष? चाहूल लागलीच आहे. ऑपरेशन करावंच लागलं, म्हणजे उताराला लागलेली गाडी...

आता औषधं, लाइट्स, केमोथेरपी. मग सारं संपत आल्यावर वैदू-हकीम सांगतील ती ती जडीबुटी. सगळा कलेवरावरचा मारा!

"काय काय करायचं राहून गेलं माहीत आहे? एरवी मला परदेशी जायची मुळीच इच्छा झाली नव्हती. पण शेक्सपियरच्या चौथ्या जन्मशताब्दीला इंग्लंडला जायचं होतं."

"अगं, पण तेव्हा जायची सगळी तयारी मी करून ठेवली होती. पासपोर्ट, पी फॉर्म, एक्स्चेंज... सगळी तयारी झाल्यावर तू म्हणालीस की, रद्द करायचा बेत! हातातली कादंबरी पुरी करायची आहे."

'मायाजाल' पुरी केली तेव्हा. तीही राजहंसांनी तितकंच ऋजू बोलून परत दिली होती.

"कादंबरी काय, नंतरही पुरी करता आली असती. तेव्हा मला आग्रह करून न्यायला हवं होतं तुम्ही."

"पण मी तरी आणखी..."

"आणि इथल्या इथं तरी सगळं कुठं झालंय पाहून? पाहायच्या गोष्टींची यादी करायला बसलं, तर चार ताव कागद नाही पुरणार!"

"तू नुसतं म्हण..., आपण जाऊ लगेच!"

प्रत्येक शब्दाला गुळगुळीत हसून बुळेपणानं म्हणेन, ते करायला धावणारा माणूस! धुण्यास फत्त पिळा पडलेला असावा तसल्या स्वभावाचा. पंचवीस वर्षं बरोबर काढली. एक कडकडीत भांडण आठवत नाही. एकनाथ नव्हता असा! शब्दाशब्दाला तुटून पडत असे. आपणही त्याच्या आयुष्यातला एक कण त्यास खाजगी ठेवला नाही. त्याच्या वयाच्या चौदाव्या-पंधराव्या वर्षापासून त्याला आवडलेली प्रत्येक पोरगी न्याहाळून घेतली. आपण प्रत्येकीपेक्षा अधिक आवडत असल्याची पावती घेतली. त्यानं जमवलेल्या प्रत्येक वस्तूचा पंचनामा केला. दरेक मित्राची परीक्षा केली, आणि आपल्या पसंतीला आलं तेवढंच राखलं. दोन दिवस त्याला सोडून राहिलो नाही, कधी कुणा मुलीशी बोलताना पाघळला तर लचकेच काढले. प्रेम आणि द्वेष सारखाच अंग झटून केला, त्यानं आणि आपण! पूर्ण वेळ त्यातच जात असे. मनात आलं, तरी लिहायलाबिहायला वेळच मिळत नसे फारसा. 'कुंभाराची माती' जेमतेम लिहून झाली, तेवढीच!

प्रेमाची, लटकी, कंटाळ्याची, वैतागाची, रागासंतापाची... साऱ्या प्रकारची भांडणं कडकडून भांडलो! एक परी शिल्लक ठेवली नाही. शेवटी त्याला सोडायचा निर्णय घेतला, तेव्हा चिकटलेल्या सयामी जुळ्यांची शस्त्रानं फारकत करावी तशा यातना झाल्या.

त्या जखमा बुजताहेत, तो उत्तम उत्तरवारची गाठ पडली. नुसती पुनरावृत्ती! तीच धडधड, तसंच जीव ओठंगून वाट पाहणं, काही काम न सुचणं, छाती धडधडणं, त्याच्याबरोबर बोलणाऱ्या प्रत्येक मुलीबद्दल मनात संशय येणं...

निश्चय करून टाकला! बेहिशेबीपणानं आयुष्य असं उतू जाऊ द्यायचं नाही. देवळातल्या देवाचं असतं तितकं आयुष्य रिकामं ठेवायचं. नजर निश्चल, एकटक राखायची. मनातले कढ लेखनात काढायचे. पैसा मिळवायला धावायचं नाही. ती सोय उघड्या डोळ्यांनी नीट, वेगळी लावायची. मात्र असं लिहायचं, इतकं लिहायचं की...

आपल्या लेखनावर लोभावलेल्या या माणसाशी लग्न केलं. नीट व्यवस्थित ठरवून. याच्या पहिल्या बायकोचा फोटो पाहायलासुद्धा मागितला नसता आपण

कधी. "मी बेडरूममधे तिचा फोटो लावला, तर चालेल ना तुला?'' असं विचारल्यावर मनात जराही किंतु उमटला नाही, की पंचवीस वर्षे सतत आपल्याकडे पाहणाऱ्या सवतीविषयी कसला विचार मनात आला नाही.

निश्चयाला जागलो. काटेकोर हिशेब मांडले. एकनाथाला सुनीता हवी आहे असा रंग दिसला. आणि आपण किती केलं तरी ती मुलगी! शेवटी बापालाच धार्जिणी व्हायची! तिला एकनाथावर सोपवली. मग पोरांचा व्यत्यय नको, म्हणून सावधगिरी घेऊनच लेखनाला सुरुवात केली. पण एकदा काहीतरी हुकलंच. पुन्हा गर्भारपण... वेणा... ॲबॉर्शन करून घेतलं आणि पुन्हा असला त्रास नको, म्हणून ऑपरेशनच करून टाकलं. नंतर मात्र लिखाणाचा दर वर्षींचा रतीब चुकला नाही. गेल्या पंचवीस वर्षांचे सारे मोजलेले हिशेब एक गोम न ठेवता पुरे केले. फक्त अजून लिहायचं होतं. आणखी थोडा वेळ हवा होता.

काय काही माणसं बेहिशोबी असतात! देवावर गुलाल उधळावा तसं आयुष्य फुंकरून देतात! आपली ती अफलातून मैत्रीण– सुशीला गुप्ते. बेफाट वागणं! सतत मोठ्यानं शीळ घालीतच ती फिरत असे. फक्त मुलींच्याच नव्हे, तर बरोबरीच्या एखाद्या पोरग्याच्याही गळ्यात हात घालावे. कधी अतिफाजील उत्साह वाटू लागला, तर निंदास्तुतीची पर्वा न करता कुणाच्या गालाचा मुकासुद्धा घ्यावा.

तिच्या अनेक मित्रांतला तो एक मित्र– मुकुंद कर्णिक. तिच्या विशेष मर्जीतला. रमतगमत ढिसाळपणानं चालणारा. कधी घाई नसायची त्याला. 'लवकर चल, तिकिटं मिळणार नाहीत सिनेमाची' असं कुणी म्हणालं तर, 'नाही मिळालं तर येऊ एक चक्कर मारून! सिनेमा पाहण्याची सक्ती थोडीच आहे आपल्यावर?' असं म्हणणारा. 'पुढं कोणता कोर्स घेणार आहेस?' तर 'पाहू रिझल्ट लागल्यावर सावकाश! गडबड कशाला?' हे उत्तर. 'पण आईला तर घाई झाली आहे, तू कर्ता होऊन सून आणायची.' 'सगळ्या बायका असल्याच! आपल्याच नव्हे; दुसऱ्यांच्या लग्नालादेखील अगदी आसुसलेल्या असतात!'... असलं बोलणारा. प्रत्येक गोष्ट उमदेपणानं सहज झेलून घेणारा तरुण मुलगा. निमित्ताला दुखणं झालं, आणि घाव घालून पाडलेल्या वृक्षासारखा, तो बिछान्याला आडवा चिकटला.

मग इतके दिवसांची त्याची ढिल्लमढिल्लाई अगदी संपुष्टात आली. तोंडात कडमडलेल्या भातातल्या गोट्याप्रमाणं आयुष्यातून थुंकलं गेल्यावर प्रत्येक गोष्ट मिळवण्याची त्याला हाव सुटली. सुशीलेला तो सारखं आपल्या शेजारी बसवून घेऊ लागला. सुरुवातीला अजीजीनं; मग हट्टानं, हक्कानं. तिला वाटत असलेल्या कणवेचा दुरुपयोग करूनही तिला आपल्या तैनातीलाच ठेवून घेऊ लागला.

असे थोडे दिवस गेले.

मग एकाएकी सुशीला त्याच्याकडे जायची बंद झाली.

त्यानंतर आवई उठली की, तिचे आणि त्याचे संबंध होते.

हळूहळू लक्षात आलं की, ही आवई त्यानंच उठवली. त्याला भेटायला जाणाऱ्या प्रत्येक माणसाला कधी सूचनेनं तर कधी प्रत्यक्षपणं तो हे सुचवीत, सांगत होता.

काय झालं असेल? त्यानं काय मागितलं असेल? त्या बेफिकीर पोरीनं त्याला काय दिलं असेल? चुंबन? एकदा? अनेकदा आपल्या नग्न देहाचं दर्शन? की, सर्वस्वच दिलं असेल तिनं अनाठायी दातृत्वानं? की यातलं काहीच नाही? फक्त शुद्ध दया? कोण जाणे!

तिच्यात काहीच बदल नव्हता. दुसरी मुलगी चिडली, संतापली असती. एखादीनं हे मनाला लावून घेऊन झुरायला सुरुवात केली असती. सुशीला पूर्वी इतकीच निर्धास्त, मनमोकळी.

फक्त तिनं लवकरच कॉलेज सोडून दिलं. तिकडे बेळगावाकडे कुठंतरी, अपंग माणसांसाठी चालवलेल्या एका संस्थेत काम पत्करलं. सारं आयुष्य बेहिशेबी औदार्यानं मोडक्यातोडक्या, माणसांना वाहून टाकलं. नावलौकिक नाही, मान-सन्मान नाही, स्वतःची पोरंबाळं, नवरा नाही. बोलायचालायला, रोज धड्या, अखंड माणसांची सोबतसुद्धा नाही.

आपला निरोप घ्यायला आली तेव्हा म्हणाली, ''शरीराच्या मोडतोडीपेक्षा त्यामुळं मनाला येणारं पांगळेपण फार भयानक असतं. तशा माणसांना काही मदत करता येईल का ते पुन्हा पाहायचंय मला.''

कितीतरी वर्षांपूर्वीपासून मनात रुतून बसलेल्या सुशीलेबद्दल लिहायचं राहून का गेलं? सुशीलेचं बेफिकीर औदार्य लेखणीच्या पल्ल्यात येईना? प्रत्येक कथानक लिहायचं म्हणजे ते ते माणूस व्हावं लागतं म्हणून? आपल्याजवळ जमलेल्या राखेत तसली एक तरी जिवंत ठिणगी असावी लागते म्हणून?

...आव्हान! एकसारखे आव्हान देणारे विषय नेमके बाजूला राहिले? आता तरी लिहून होईल हातून...?

''किती वेळ अशी बसून राहणार आहेस प्रेमा? जेवायला उठतेस ना?'' उठवण्यासाठी हातानं आधार देत अमृते म्हणाले.

कुकनं टेबलावर जेवायची तयारी केली होती. गरमगरम वाफा येणारं अन्न वाट पाहत होतं. आज आपण जेवण काय करायचं, ते सांगायला विसरलो. म्हणजे नवऱ्यानं सांगितलं असणार.

नजरेला दिसत नाही, जिभेला चव कळत नाही, अशा यांत्रिकपणं तिनं

जेवायला सुरुवात केली. फ्लॉवर-बटाट्याचा रस्सा, वाटाण्याची उसळ. हॉस्पिटलमधून घरी आल्यापासून अधिकच कसोशीनं जपणूक होत होती. आपल्या अंगी लागत नव्हती, इतकंच.

"आवडते पदार्थ असले, म्हणजे आईची आठवण होते. प्रत्येकाच्या चवी पुरवण्याचं व्रतच होतं तिचं."

लक्ष देऊन ती किंचित चवीनं घास घेऊ लागली.

"आईला हेच दुखणं झालेलं असणार. शेवटी शेवटी यातना पाहवत नव्हत्या. किती दुखलं तरी तोंडावाटे उच्चार न करणारी सोशिक बाई! पण या दुखण्यानं तिचा पुरता पाडाव केला. अगदी बारीक अनिवार सुरात ती सारखी कण्हत असायची. फरक म्हणजे एकाएकी किंचाळू लागत असे, तेवढाच. किती पेनकिलर्स दिल्या– काही परिणाम नाही. सुरुवातीला प्रत्येक किंचाळीसरसे अंगावर शहारे यायचे. कित्येक महिने असं चालू होतं. मग अगदी सहन होईनासं झालं. मी कानांत कापसाचे बोळे घालायला लागले."

"कशाला या आठवणी काढतेस प्रेमा?"

"कुणी बोलायला लागलं तरी बोळे काढायचं विसरायलाच व्हायचं. मग ओरडून बोलणं. त्याचा त्रास झाला की आई केविलवाणेपणानं 'जरा हळू बोला ना' म्हणायची."

बोलूनबोलून तरी तिच्या मनावरला ताण कमी होईल, अशा विचारानं अमृते गप्पच राहिले.

"नुसती हाडांची जुडी उरली. आणि तोंडात घास जाईना झाला तरी ती प्रत्येकाच्या खाण्याजेवणाची काळजी करीत असायची. अगदी उठता येईनासं झाल्यावर एक दिवस धडपडून एकदम उठून बसली. म्हणाली, 'बासुंदी करायला हवी. आज दसरा. ह्यांना फार आवडते.' आम्हांला धस्स झालं. कशाचा दसरा न् काय? तिला भ्रम झाला होता. अशा महिनोमहिन्यांच्या दगदगीनं अण्णा अगदी थकले होते. झटका गेल्यावर तिला शांत करून निजवली आणि जरा विश्रांती घ्यावी म्हणून ते अंथरुणावर पडले. गाढ झोप लागली त्यांना. चार तास झाले. इतकी कशी झोप म्हणून पाहायला गेलो, तर सगळं संपलेलं. केव्हा कुणास ठाऊक!

आता हे विपरीत या अवस्थेत आईला सांगायचं? जीव चक्रावून गेला. पण ती वेळ आली नाही. ती गुंगीत, भ्रमातच होती पुढचे दोन दिवस. मग गेली.

अण्णांचं अगदी अकल्पित! पण अकल्पित कसलं? आईला स्वच्छ सूचना मिळाली होती सगळ्याची. वर्ष सहा महिने आधीच मळवट भरलेली बाई तिच्या स्वप्नात आली होती तिला बोलवायला. तिच्याबरोबर निघताना आरशात पाह्यलं तर

आपल्या कपाळाचं कुंकू फराटलेलं होतं, असं म्हणाली होती आई.

"हे मात्र काहीतरीच! जुन्या बायकांच्या वेडगळ समजुती नुसत्या!"

"समजुती कशानं? मलाही चाहूल लागलीच आहे. दोन दिवसांपूर्वीच स्वप्न पडलं ना, त्यात एक पानदेखील नसलेल्या बोडक्या झाडावर तीन पक्षी बसलेले होते. जाग येता येता एक पक्षी उडून गेला. दोनच राहिले."

"आता यात कसली आलीय सूचना?"

"आणि जाग आली तर सिल्की भेसूर रडत होती." शहारत तिनं सांगितलं.

"अगं प्रेमा, मला का उठवलं नाहीस एवढी चरकली होतीस तर?"

"झोपलेल्याला कशाला उठवा उगीच?"

"मला तर काही सूचनाबिचना दिसत नाही या स्वप्नात. नाहीतरी बहुतेक स्वप्नं पोट बिघडल्यानं, अपचनामुळं, नाहीतर असल्याच शारीरिक कारणांनी पडतात. कालच मला तसलं स्वप्न पडलं. कुणीतरी माझ्या छातीवर बसलं आहे, त्याला हलवता हलवता धाप लागली आहे, जीव घामाधूम झाला आहे– असलं काहीतरी!

जागा झालो तर अंगाखालची चादर पाणी शिंपडल्याप्रमाणं भिजलेली आणि श्रमानं यावा तसा थकवा आलेला! आता यात कसली सूचना होती?"

"छातीवर बसलं होतं ते माझ्या मरणाचं भय."

"छट्! तशी काही भीती नाहीच आहे. पण आदल्या रात्री जास्त जेवलो होतो. अपचन झालं आणि गॅस. त्यामुळे जीव घाबरला जरा. दुसरं काय?"

"ढळढळीत दिसत असलं तरी, काही माणसं डोळ्यांवर पडदा ओढून घेतात!" तिच्या मनात आलं.

"उगीच भलत्या कल्पना करून तू भेदरवून टाकतेस स्वतःला! जरा पड पाहू आता."

हात धुऊन ती थकिस्त यांत्रिकपणं बिछान्यावर पडली. डोळे मिटून ओटीपोटावरली, शिवलेली त्वचा कुरवाळताना कपाळावर थंड हात आला. अण्णांच्या हातासारखा वत्सल, मऊ.

अण्णांचं व्यक्तिचित्र लिहिलं होतं. चांगलंच उमटलं होतं. कुणालाही आवडण्याजोगं. कुणीएक कुळकर्णी बोलता बोलता सहज म्हणाला, "तसं चांगलंच आहे. पण जरा प्रेमळ बापाबद्दल, प्रेमळ मुलीनं लिहिल्यासारखं आहे नाही?"

त्यावर दातओठ खाऊन मग ती कादंबरी हाती घेतली. दुसऱ्या एका बापावर. विधवा होऊन माघारी आलेली अशिक्षित, डोक्यानं किंचित अधू मुलगी. आजारी आई. तिच्या शेवटच्या दुखण्यात मुलीनं केलेली सेवा. दारुड्या बाप. त्यानं पहिल्यांदा दारूच्या धुंदीत मुलीवर केलेला बलात्कार. मग पुढं तेच त्या मुलीचं

कायमचं आयुष्य...

त्या कादंबरीनं कल्लोळ उठला होता. अशी कादंबरी, त्यातही स्त्रीनं लिहावी? त्यावरच्या उलट्यासुलट्या प्रतिक्रिया. त्या सर्व लाटेनं आपल्याला मिळून बसलेली अफाट प्रसिद्धी. मग तीच एक दिशा! प्रकाशकांची पत्रं-तुमची 'कसाबकरणी' वाचकांच्या स्मरणातून जात नाही.

घागर वाहतीला लागल्याप्रमाणं लिहिलेल्या कादंबऱ्या. सोवळी विधवा सून आणि सासरा. विधवा प्रौढ काकू आणि लहान पुतण्या. धाकटी मेव्हणी.

मात्र 'कुंभाराची माती' नंतर राजहंसांनी पुन्हा कशाला हात लावला नाही. अगदी आजदेखील नाही. झुरळाप्रमाणं चिमटीत पकडून हस्तलिखित परत केलं.

कपाळावरचा हात किंचित हलला. ''अजून शांत वाटत नाही का प्रेमा? मला नाही वाटत आता डॉक्टर येतीलसं. एक झोपेची गोळी देऊ?''

''झोपच झोप पडलीय पुढं आणि कायमची शांती.''

''अं हं! अगदी बोलायचं नाही असलं काही!'' कपाळावरचा हात उचलला गेला. जरा वेळ शांत झालं.

आत बाटली पडल्याचा आणि काहीतरी कोसळल्याचा आवाज आला.

''क्लम्झी!'' तोंडातून शब्द गेला. पुन्हा सारं शांत झालं. अगदी शांत झालं. कान बुच्चे झाल्यासारख्या वातावरणात घड्याळाचा एक ठण्ण ठोका ऐकू आला.

कसलीच हालचाल नाही.

ती अगदी अनिच्छेनं सावकाश उठून आत गेली.

अमृते पडलेले होते. आडतिडलेल्या अवस्थेत. ती हात घ्यायला पुढं झाली. आता कुठंतरी फ्रॅक्चर झालेलं नसलं म्हणजे मिळवली! नाही म्हणजे आपली प्रकृती, औषधपाणी जिथल्या तिथं–

अमृत्यांचा उचललेला हात लुळा, निर्जीव लागला. तिला धसकलं. डोकं आपटल्यामुळं शुद्ध गेली की काय?

सैरभैरपणं ती दाराकडे धावली. दार उघडत्येय, तर कुणीतरी आडव्या अंगानं उभं होतं–वाट अडवून.

नाही. डॉक्टरच होते.

''लवकर या... आतल्या खोलीत.'' चिरलेला आवाज. स्वत:लाच ओळखू न येणारा.

अमृत्यांच्या छातीवर दोनचारदा टेकवलेला स्टेथॉस्कोप उचलून घडी करता करता डॉक्टरांनी मान हलवली. वाकडा पडलेला हात सरळ करून ठेवला. ते उठले.

"मला पाहण्याकरता बोलावलं होतं ना तुम्हांला?" ती किंचाळत म्हणाली. डॉक्टरांनी तिला सावरण्याकरता हात पुढं केल्यावर त्या हाताशी झटत राहिली. "मग त्यांना उठवून बसवा! मला तपासा ना!" भान सुटून ती तार स्वरात तेच ते म्हणत राहिली.

पाठीवर थोपटत समजुतीच्या स्वरात डॉक्टर बोलत होते, "तपासायचं कारणच नाही. कॅन्सर अगदी लोकल होता. पूर्ण निघाला आहे. कसल्या ट्रीटमेंटचीदेखील जरूर नाही. वीसपंचवीस वर्षे कसली धास्ती नाही."

कसलीच धास्ती नाही... त्या शब्दांचा अर्थशून्य नाद तिच्या डोक्यात पुन:पुन्हा उमटत राहिला.

१०. मैत्रीण

.१.

नंदा माझी मैत्रीण. नंदा जहागिरदार. नंदा श्रीमंत, पिढीजात श्रीमंत. नंदा सुंदर, लहरी. तिला कधी काही कमी पडलं नाही. कोणती गोष्ट हवी अन् ती मिळाली नाही असं झालं नाही. ती साऱ्यांची लाडकी. हवीहवीशी वाटणारी.

आमची मैत्री जुनी. शाळेपासूनची. एकमेकींना सारं सांगितल्याशिवाय आमचं चालायचं नाही. आमच्यात झालेलं बोलणं तिसऱ्या कानावर पडू द्यायचं नाही.

कॉलेजात आम्ही आलो अन् दोन वर्षांनी नंदा बहरून आली. गुलाबपाण्यानं न्हाल्यासारखी नेहमीच सतेज दिसू लागली. तिच्या सुरेख केसांची वलयं अधिक रेखीव झाली. तिनं नव्यानव्या फॅशन्स उचलल्या. नाटकात कामं केली. आधीच ती सुंदर, लहरी. अधिकच सुंदर, लहरी झाली. मुलांशी बेपर्वाईनं बोलू लागली. त्यांची टरही उडवू लागली.

मीही बदलले. गाण्याचं काही अंग नसताना कविता गुणगुणू लागले. मुलांशी बोलणं टाळू लागले. भर दुपारची एकटीच फिरायला जाऊ लागले. उगीच रस्त्याकडे पाहत राहण्याबद्दल घरच्यांची बोलणी खाऊ लागले. उन्हात हिंडून माझा चेहरा काळवंडला. नखं कुरतडण्याची नवीन वाईट सवय मला लागली.

मे महिन्याच्या सुट्टीत नंदा गावी गेली. दोन महिन्यांकरता. या सुमारास माझी अन् त्याची ओळख झाली. काही लक्षात येण्याअगोदरच ती दाट झाली. घनदाट झाली. त्याच्या निळ्या

टायवरची पांढरी फुलं माझ्या पारव्या साडीवर उमटली. हातावर एक शाईचा थेंब पाडून मी तो त्याच्या मानेवर तिळासारखा लावला अन् त्याच्या हातावरची लव बहरून आली. त्याच्या अंगावर रोमांच उमटले अन् मी थरारून उठू लागले.

मी अशी थरारून गेले होते, पण नंदा आपल्याच तालात होती. मी तिच्यावर रुष्ट झाले होते. त्याची अन् नंदाची मी ओळख करून दिली, तेव्हा ती म्हणाली, ''आम्हाला कळलं बरं का! आमची मैत्रीण पळवलीत ना!''

''तुमची मैत्रीण पळवण्यासारखीच आहे अन् तुम्ही तर अधिकच पळवण्यासारख्या दिसता.''

''मग पाहाच तर पळवून नेऊन मला!''

''पाहतो, प्रयत्न करून पाहतो. आपल्याला काय, एकसे दो भले...''

असलं काहीबाही उथळ बोलणं झालं. नंदा त्याची टर उडवते आहे असं वाटत राहिलं. तिनं त्याच्याकडे नीटसं पाहिलंसुद्धा नाही. पण ती वात्रटपणा करीत राहिली अन् तो मात्र टक लावून तिच्याकडे पाहत राहिला. तिला निरखीत राहिला.

नंदाचा आणि त्याचा दाट परिचय व्हावा अशी माझी इच्छा. पण दोघांनीही उडवाउडवी केली. मनावर घेतलं नाही. म्हणून मी नाराज होते.

मी नाराज होते, पण तिला त्याचा पत्ताच नव्हता. ती आपल्याच लहरीत चालत होती. चालताना बारकासा दगड पुढं पुढं नेत होती. कुणी आस्थेनं पाठवलेल्या पत्राचा चुराडा झेलीत बोलत होती. तिच्या दिमाखदार जरतारी चपलेची वादी तुटली होती. निमुळत्या नखावर मेंदीची तांबडीपिवळी आग होती.

''बरं. तुझ्या लाडक्या विषयावर बोलू आपण. मग झालं?'' हातात झेलीत असलेल्या पत्राचा चोळामोळा तिनं लांब उडवून दिला. अन् माझ्याकडे नजर टाकून हसली. ''मोठा रुबाबदार आहे तो, नाही? दिसायला खरंच देखणा आहे.''

मी भुलून गेले. उत्साहानं मान वेळावून म्हटलं,

''हो ग! पण पुरुषानं इतकं सुरेख दिसावं हे मला नाही आवडत. पण आता काय करणार! आवडीनिवडी सांगायच्या नाहीतच मुळी. आपलं तेच आवडून घ्यायचं.''

''देखणेपण न आवडायला काय झालं ग तुला? अशीच तू बावळट!''

मी चमकून तिच्याकडे पाहिलं. ''निदान शाळेत, कॉलेजात सारीच जणं तुला बावळट समजत. ती पटवर्धन तुला फार हेटाळून बोलायची. तिला अगदी असातसा नवरा मिळाला आहे. रड्या नुसता! चांगल्या तरतरीत पटवर्धनला असला नवरा आणि...'' ती लकेरीदार हसली.

''काय झालं पटवर्धनचं ठाऊक आहे ना तुला? कुणीतरी तिला फशी पाडलं घातवेळी. लग्न करायला नकार दिला. मग घरच्यांनी घाईघाईनं हे असं

उरकून घेतलं तिचं लग्न.''

हे बोलणं जसं काही माझ्या आवडीच्या विषयावरच चाललं होतं!

''तुला एक विचारू?''

''हं.''

''त्यानं तुला लग्नाचं विचारलं आहे ना?''

''म्हणजे तसं स्पष्ट शब्दांत बोललो नाही आम्ही अजून. पण...''

मग ती पुन्हा लकेरीदार हसली.

''तू जरा जपून वाग. तो देखणा आहे, पण चांगला नसेलही. असं बेभरवशी काम का? कदाचित उद्या तो नाही म्हणेल. उद्या तुझ्यावर भलतीच पाळी येईल... उद्या..!''

जणू 'आज' अगदी खोटा, मातीमोल होता. जसे काही त्याच्या शरीरावर उठलेले रोमांच, माझ्या मनाची थरारी खोटी होती. मी मनात हसले.

नंदा आणि मी मैत्रिणी. एकमेकींशी मोकळेपणानं बोलायचं आणि आमच्यातलं बोलणं दुसऱ्या कोणाच्या कानी पडू द्यायचं नाही हे मी विसरले. बेईमानी केली.

त्याला म्हटलं, ''जरा जपून वागलं पाहिजे. तू देखणा आहेस. पण चांगला नसशीलही. नाही का?'' अन् हसले. भरभरून हसले. पुन:पुन्हा हसत राहिले.

''तुझ्या त्या दिमाखदार मैत्रिणीची अक्कल तर! लग्नाचं बोलणं झालं आहे की नाही, याचीही तिनं चौकशी केली ना? तिला म्हणावं, लग्नाच्या वाटाघाटी करायला आता तूच ये!''

''खरंच सांगेन तिला तसं. म्हणजे तुमची नीटशी ओळख झाली नव्हती, तीही होईल.'' मी सुखावून विश्वासानं म्हटलं.

नंदाला मी हे सांगितलं, तेव्हा ती बेफिकीर उत्साहानं हसली.

''जातेच मी त्याच्याकडे. मोठी गंमतच आहे ही. तुझ्या लग्नाची बोलणी करायला मी जायचं. वा! वा! उद्याच जाते.''

काही दिवसांनी मी त्याच्याकडे गेले तेव्हा तो रुखं हसला. घशात आवंढा अडकल्यासारखं बोलत राहिला. उगीचच इकडचंतिकडचं, हवापाण्याचं. जरा वेळानं खिडकीतून बाहेर पाहत त्यानं विचारलं, ''काय, तुझ्या मैत्रिणीनं लग्नाची बोलणी तुला सांगितली की नाही?''

''चल, कसली रे तुझी थट्टा! पण नंदाची आणि तुझी आता चांगली ओळख झाली. आवडली ना तुला नंदा?''

''न आवडायला काय झालं? तुझीच मैत्रीण अन् तुझ्यापेक्षा सवाई!''

पण मी नंदाबद्दल उत्साहानं बोलत असताना तो खिडकीबाहेर पाहत राहिला.

माझ्या नजरेला त्यानं नजर दिली नाही. मग एकाएकी आठवण झाल्यासारखं म्हणाला,

''अरे! मला कामाला बाहेर जायचंय. आता निघतोच मी. आणि हे बघ, मी महिनाभर फारसा मोकळा नाही आहे. कामं आहेत. कदाचित बाहेरगावी जावं लागेलं. तेव्हा नंतरच भेटू.''

त्यानं मला क्षणभर जवळ घेतलं, पण माझ्या लक्षात आलं की, सुखाचे दाणे वेचून चिमण्या उडून गेल्या आहेत. वाटलं होतं, ही राजाची कोठी... गच्च भरलेली... कधी रिती व्हायची नाही; पण कोठी रिकामी झाली. कधी न संपणारी गोष्ट संपली.

मला कळलं की त्याची अन् माझी ओळख घनदाट नव्हे, दाटही नव्हती. मी त्याला ओळखलंच नाही. नंदाचा आणि त्याचा दाट परिचय व्हावा, ही माझी इच्छा पुरी झाली आहे. आता नाराजीचं कारण नाही.

नंदा आणखी बदलली आहे. तिच्या विलासी केसांवर शुभ्र फुलं उमलली आहेत. गालावरचा तीळ चाचपून पाहायची नवीन खोड तिला जडली आहे.

आता ती माझ्या आवडीच्या विषयावर बोलते आहे. आडूनआडून पण उत्साहानं बोलते आहे. न राहवून बोलते आहे. वाहवून बोलते आहे.

मी म्हणते आहे, ''कोणाचा काय नेम सांगावा! तो चांगला असेलही. पण या 'असेल, नसेल' ला माझ्या मनात अर्थ राहिलेला नाही.''

अधिक बोलायचं मी टाळते आहे. खाली पाहून चालते आहे. पण तिच्या जरतारी चपलेचा दिमाख नजरेपुढून हलत नाही. तिच्या नखांवरच्या तांबड्यापिवळ्या मेंदीचं प्रतिबिंब डोळ्यांत उमटायचं राहत नाही...

.२.

नलू, वासंती, मीना आणि मी. कॉलेजमध्ये आमचा ग्रूप होता. आम्ही शाळेपासूनच्या मैत्रिणी. ठरवून एका कॉलेजात आलो होतो. सकाळच्या कॉलेजात. आर्ट्सला. रोज संध्याकाळी फिरायला जायचं. कॉलेजात मधून-मधून तासांना दांड्या. मराठी मंडळ, ट्रिप्स, कॉलेज डे-कॉलेज लाईफ एंजॉय करत होतो.

सुधा घरची गरीब. तिला वडील नव्हते. ती नोकरी करीत होती. स्वत: पैसे मिळवून कॉलेजात येत होती. सकाळी कॉलेज. दहा ते साडेपाच ऑफिस. घरी विधवा आई. दोन धाकटे भाऊ.

सुधा नेहमी आमच्या अवतीभवती असे. सुकट उभा चेहरा, बारीक आणि खोल डोळे. आमच्यापैकी कुणाची नजर गेली की, नखं कुरतडू लागायची. मात्र

आमचं लक्ष नसलं की, तिची नजर आमच्यावर असायची. चेहऱ्यावर ओशाळे भाव. ती अशी शेजारी असली, म्हणजे नलू चिडत असे. मीना, वासंती मात्र ''जाऊ दे ग'', ''जाऊ दे ग'' म्हणत.

सुधाला मी एकदा आमच्याबरोबर फिरायला बोलावलं. सुधा ऑफिसातून परस्पर आली. दमलेली, दिवसभरच्या शिळ्या कपड्यांतच. तिनं पावडर लावली होती. ती ठिगळासारखी दिसत होती. आम्ही उत्साहानं फॅशन्स, साड्या, कॉलेज अशा गप्पा मारीत होतो. सुधाला काही बोलायला सुचलंच नाही. तासाभरातच म्हणाली, ''सांगून आले आहे. पण आई वाट पाहीलच. सकाळची पोळीभाजी गरम करून ठेवली असेल. आपणही चहा प्यायली नसेल.'' साऱ्यांची तोंड वाकडी झाली. नाराजीनं लवकर परतलो. सुधाला पुन्हा बोलावलं नाही.

सीनियरच्या वर्षी माझी विलासशी ओळख झाली. विलास कॉलेजचा क्रिकेटर. गोरा, उंच, घाऱ्या डोळ्यांचा, देखणा. सतत व्यायामानं त्याचे दंड, गर्दन भरलेली होती. इतर मुलांत तो मोठा उठून दिसत असे. त्याची स्वत:ची स्कूटर होती. आणि कॉलेजकडे येताना लागणारं वळण ती स्कूटर एका ईर्ष्येनं घेत असे. वेगानं वळताना बेभान स्कूटर किंचित कलती होई आणि परत मोठ्या दिमाखानं सरळ होई. ते पाहताना माझ्या पोटात खड्डा पडे.

त्या वर्षी सगळे इंटरकॉलेजिएट सामने मी पाहिले. अधूनमधून मैत्रिणींना वेळ नव्हता तेव्हा एकटीनं. एकदा विलासनं एकाहत्तर धावा काढल्या तेव्हा त्याची मुद्दाम गाठ घेतली. पॅव्हेलियनमध्ये जाऊन. हस्तांदोलन करताना विलासचा हात फुलासारखा लागला. हळूहळू कॉलेजात हे साऱ्यांच्या लक्षात आलं.

विलास आणि मी बरोबर राहू लागलो. फिरायला जाऊ लागलो. मैत्रिणींबरोबर वेळ घालवणं जमेनासं झालं.

नलू, वासंती, मीना माझी चेष्टा करू लागल्या. मी लाजू लागले. माना वेळावू लागले. पूर्वीपेक्षा नटूथटू लागले. जाता-येता 'किती ग थट्टा करता! नका ना छळू.' असलं काहीबाही बोलू लागले.

सुधानं मात्र कधी चिडवलं नाही. शोकेसमधलं उंची वस्त्र निरखीत असल्यासारखी वाटणारी तिची नजर कायम होती. किंबहुना, तिला कळलंय की नाही हे देखील एरवी कळलं नसतं, पण एकदा अगदी स्थिर नजरेनं माझ्याकडे रोखून पाहत म्हणाली, ''केव्हा लाडू देणार आता?''

''नाही ग सुधा, अजून घरी सांगितलंदेखील नाही.''

पुढं तीही काही बोलली नाही. तितकंच राहिलं.

एक दिवस विलास कॉलेजात आला नव्हता. थोडा वेळ त्याची वाट

पाहिली. पण मग एकदम हलकं, मोकळं वाटलं. नलूला म्हटलं, ''आज नका ग मला सारख्या चिडवू. आजचा दिवस मनसोक्त मजेत घालवू.'' मग दुपारी सिनेमा पाहिला. संध्याकाळी तशाच फिरायला गेलो. आईस्क्रिम खाल्लं. वासंतीनं आग्रहानं 'मिसचिफ' ची एक बाटली घेतली. माझ्या अंगावर थेंब उडवून थट्टा करीत राहिल्या.

''जा, विलासला आत्ताच्या आत्ता भेटायला! आम्हाला सोडून गेलीस तरी चालेल!'' फार दिवसांनी इतक्या उनाडलो. अगदी हलकं प्रसन्न वाटत होतं.

दुसऱ्या दिवशी समजलं. विलासच्या स्कूटरला बसची ठोकर बसली. मुंगी चिरडावी तसा विलास...

प्रथम नुसतं सुन्न झालं. खरंखोटं समजेना. घरी आले. आईनं सारखं काय झालं म्हणून विचारावं. काही उत्तर देता येऊ नये, तोंड दाबून बुक्क्यांचा मार झाला.

नलू, वासंती, मीना, मागोमागच घरी आल्या. आदल्याच दिवशी त्यांच्याबरोबर मनसोक्त भटकले होते. चैन केली हाती. त्यांना पाहिल्याबरोबर बांध फुटल्यासारखं गदगदून रडू आलं. त्या भेदरूनच गेल्या होत्या. त्यांना काही बोलायला सुचलं नाही. जरा वेळानं खालमानेनं उठून गेल्या.

नंतर सुधा आली. आत जाऊन आईला सांगून आली. माझ्या शेजारी बसली. म्हणाली, ''आज मी तुझ्याजवळ राहू का?''

मानेनंच हो म्हटलं. माझ्याशेजारीच सुधाचं अंथरूण केलं. दुसऱ्या खोलीत आई कुणालातरी सांगत होती, ''कॉलेजमधला ओळखीचा मुलगा ॲक्सिडेंट होऊन गेला. भारी हळवी आहे ती. मैत्रीण मुद्दाम सोबतीला आली आहे.''

रात्री झोपेत असताना घशात बसचं एंजिन धडधडायला लागलं. हुंदका बाहेर फुटेना. श्वास घेता येईनासा झाला. सुधा जागीच होती. तिनं माझा हात हातात धरून ठेवला. झोप लागेपर्यंत पाठीवर हळूहळू थोपटलं.

सुधा दोनतीन रात्री माझ्याशेजारीच झोपली. कॉलेजचे तास बुडवून शक्य तितका वेळ माझ्याबरोबर राहू लागली.

नलू, वासंती, मीना मात्र कात टाकल्यासारख्या दूरदूर राहू लागल्या. माझ्याकडे कुतूहलाने पाहू लागल्या. माझ्याशिवाय फिरायला जाऊ लागल्या.

आठ दिवसांनी सुधा म्हणाली, ''असं सारखं घरी बसून राहू नये ग. चल, जरा बाहेर पडू. समुद्रावर जाऊ या.''

कळसूत्री बाहुलीसारखी सुधाबरोबर गेले. रस्ता क्रॉस करताना वळणावरून अकस्मात बस धडधडत आली. तेव्हा सुधानं हात धरून ओढून नेलं. नंतरही हात सोडला नाही. शेजारी काही न बोलता बसून राहिली.

तिच्या सतत सोबतीनं जिवाला थार आला. सुधा आणि मी जवळजवळ

रोजच समुद्रावर जाऊ लागलो. मनावरचं दडपण उघडू लागलं. बोलता येऊ लागलं. विलास गेला, त्याच्या आदल्याच दिवशी आम्ही कशा मनसोक्त उनाडलो, ते मी सुधाला सांगितलं. म्हटलं, "विलास चिरडून पडलेला असताना मी मात्र हसत खिदळत होते, आईस्क्रिम खात होते या जाणिवेनं अंगावर काटा येतो. शरमेनं मन करवतून जातं.''

सुधानं माझी समजूत घातली. उगीच हा काहीतरी विचार मनात बाळगून स्वत:ला अपराधी, गुन्हेगार समजणं किती वेडेपणाचं आहे, ते पुन:पुन्हा सांगितलं.

रात्री स्वप्नात बसचा आवाज ऐकू येणं कमी झालं. पण सुधा येत राहिली. सहृदयपणं 'आता बरी आहेस ना?' असं विचारीत राहिली. अधूनमधून राहायलादेखील येई. रात्र चढेपर्यंत बिछान्यात गप्पा होत. एकदोनदा उचंबळून आल्यासारखं सुधा आपल्या वडिलांविषयी बोलत राहिली. "अण्णांची माझ्यावर फार माया होती. एकदा मी फार आजारी असताना अण्णा आठवडाभर घरी राहिले होते. ताप उतरला तेव्हा त्यांच्या डोळ्यांतून भळभळ पाणी गळलं होतं. अगदी जसाच्या तसा डोळ्यांसमोर आहे माझ्या अण्णांचा चेहरा.

"अण्णा गेले... फार उघडं वाटतं ग आता मला. अण्णा गेले, तेव्हा आई स्वत:पुरतंच पाहत होती. माझ्या पाठीवरून हात फिरवण्याचं अवधान कुठलं तिला? पण उलट झालं असतं तर अण्णांनी नसतं मला एकटं वाटू दिलं. अण्णा- काही नाती अशी असतात की, ती मरणानंसुद्धा संपत नाहीत. आपल्या मनात अखंड चालूच राहतात. या अशा रात्री अण्णांची आठवण होते तेव्हा आपली ताटातूट झाली आहे असं वाटतच नाही. एक नातं अभेद्यपण कायमचं जडलेलं आहे, एवढीच जाण राहते. मनात लखलखते ती स्मृती असं वाटत नाही. काळानं स्मृती पुसट होत जातात, पण माझ्या मनात हे सारं अजून अगदी धगधगीत आहे.

लहान वयातच दु:ख उत्कटतेनं जाणवतं का? आईला दु:ख आहे. पण मुलांची काळजी, पैशाची विवंचना-असल्या गोष्टींनी मूळ दु:ख झाकोळून जातं. दु:ख बावनकशी सोन्यासारखं लखलखतं हवं. त्यात कसल्या स्वार्थाचं हिण मिसळलेलं नसावं.''

असलं काही बोलताना सुधाचे खोल डोळे धगधगत असत. सुधा किती उत्कट होती! असं ती बोलायला लागली म्हणजे मी अवाक् होत असे.

पण सुधा स्वत:बद्दल क्वचितच बोले. बोलणं बहुधा विलासबद्दल. त्याचं रूप, उमदा स्वभाव, खेळ. विलासची आणि सुधाची ओळखसुद्धा नव्हती म्हणून की काय त्याच्याविषयी किती बोललं तरी तिला पुरेसं होत नसे. विलासच्या खेळाची, त्या खेळलेल्या मॅचेसची समग्र वर्णनं ती मला पुन:पुन्हा करायला लावी. नाहीतर तीच आपलेपणानं बोलत राही, हळहळत राही.

आणि माझं दु:ख. हातातोंडाशी आलेला घास दैवानं हिरावून नेला आणि असलं हे दु:ख पदरात टाकलं, म्हणून सुधाची तडफड होई. ती म्हणे, ''पण दु:ख म्हणून ते अव्हेरू नको. दु:खही पुरेपूर भोगायचं असतं. एकनिष्ठेनं, तडजोड न करता. स्मृती जपायच्या असतात. जीवाचं रान करून फुलवायच्या असतात. दु:ख कसं जपावं हे थोड्यांना कळतं. सारे पळून जायला बघतात. पण सती जाणाऱ्या स्त्रीच्या निष्ठेनं दु:खाची आग प्यायची असते. आवाज फुटू न देता.''

सुधा येत राहिली. मला धीर देत राहिली. मला तिचा आधार वाटत राहिला. आईही सुधाचं कौतुक करू लागली. आग्रहानं तिला वरचेवर बोलावू लागली. सुधानं माझ्यासाठी कॉलेज बुडवलं, घरच्यांचीसुद्धा आबाळ केली. मी सुधाबद्दल अभिमानानं बोलू लागले, मैत्रीण असावी तर अशी– ए फ्रेंड इन नीड...

मग एक साधी गोष्ट झाली. माझी श्रीकांतशी ओळख झाली. आईनंच करुन दिली. मनातली इच्छा मला आडपडदा न ठेवता स्पष्ट सांगितली.

श्रीकांत काळासावळा, जरा आडव्या बांध्याचा. फार मोठा, प्रौढ वाटायचा. मी त्याला विलासच्या मृत्यूबद्दल सांगितलं तेव्हा म्हणाला, ''ऐन तारुण्यात अशा उमद्या माणसाचं आयुष्य संपावं? तुझ्यासारखी सुरेख मुलगी, घर, संसार, क्रिकेटमध्ये यश, नावलौकिक. त्याच्या मनात किती किती स्वप्न असतील. त्याला आयुष्यातली सुखं पुरती दिसलीसुद्धा नसणार.''

त्याच्याबद्दल हळहळला. माझ्या दु:खाबद्दल काहीच बोलला नाही. मला फार हलकं वाटलं. सुधानं आणि मी माझ्या दु:खाचं इतकं चर्वितचर्वण केलं होतं!

कळत नकळत श्रीकांतला आवडणाऱ्या लिंबू रंगाची साडी मी फार वेळा नेसू लागले. जुईचा सुगंध मलाही फारसा हवासा वाटू लागला. अनिमिष नजरेनं तो माझ्याकडे पाहत असला, की, अंगाला सूक्ष्म कंप सुटू लागला. पण त्याच्याबरोबर असताना सुधाची आठवण झाली की धस्स होई!

हल्ली किती दिवसांत मी सुधाला भेटायला गेले नव्हते. एकदा सुधा आली तेव्हा कामात गढल्यासारखं करून मनमोकळं बोलणं टाळलं होतं.

श्रीकांतला होकार दिल्यावर मात्र ठरवलं, स्वत: जाऊन सुधाला सर्व सांगायचं. गेले. ''श्रीकांतशी लग्न ठरलं ग माझं!''

कदाचित आश्चर्याचा धक्का बसल्यामुळं असेल, सुधा काहीच बोलली नाही. त्रयस्थासारखीच बसून राहिली. फक्त काळीशार नजर माझ्यावर रोखलेली. ती शांतता मला असह्य झाली.

''आईच्या फार मनात होतं. तिला कशाला दुखवायचं? आजवर मी काय तिच्या मनाला समाधान दिलं आहे?''

काचेपलीकडच्या शोभेच्या वस्तूकडे पाहावं तशी सुधाची नजर दिसली. सगळी जवळीक पुसल्यासारखी.

"आणि श्रीकांतही फार चांगला आहे. समजूतदार आहे." मला सांगायचं काय होतं आणि मी काय बोलत सुटले होते.

नखं कुरतडीत सुधा म्हणाली, "बरं झालं ग तेच. आता बरी आहेस ना तू?"

पुढं एकदा श्रीकांतची आणि सुधाची ओळख करून दिली. श्रीकांत तिला म्हणाला, "अतिशय कठीण वेळेला तुमचा फार आधार झाला." बोलण्यावर बोलणं वाढलं. सुधा-विलासचं रंगरूप किती जुळतं होतं, आमचा जोडा किती शोभला असता, असलं काहीबाही बोलत सुटली. श्रीकांतनं विषय बदलायचा प्रयत्न केला, तरी विलासबद्दल बोलत राहिली. त्याच्या खेळाची तिनं इतकी स्तुती केली- त्याची खेळण्याची पद्धत, काही मॅचेस.

श्रीकांतच्या प्रसन्न चेहऱ्यावर सावट आलं. मला अवघडल्यासारखं झालं.

सुधाला पोचवून परतताना श्रीकांत म्हणाला, "सुधाला क्रिकेटची फार आवड आहे वाटतं? विलासच्या खेळाबद्दल इतक्या तळमळीनं बोलत होती!" सुधानं विलासला खेळताना एकदाही पाहिलेलं नव्हतं. पण मी काहीच बोलले नाही.

नलू, वासंती, मीना अधूनमधून पुन्हा यायला लागल्या. श्रीकांतवरून पोरकट थट्टाही करायला लागल्या. समजुतीनं अल्लड असल्या तरी, मला पुन्हा त्यांच्याबद्दल आपुलकी वाटायला लागली. एकदा नलू म्हणाली, "सुधा भेटली होती. तुझं काय चाललं आहे माहीत नाही, हल्ली तू भेटतच नाहीस, असं म्हणत होती."

खरंच होतं. बऱ्याच दिवसांत भेटायला गेले नव्हते. त्रयस्थपणाची झापड पडली होती, ती दूर करायला हवी होती. श्रीकांतबद्दल तिला कितीतरी सांगायचं होतं.

पण गेले तेव्हा सुधा बुजल्यासारखी वागली. बोलणं धारेला लागेना. आणि काहीतरी फुटकळ बोलताना एकाएकीच पहिलं प्रेमं, पहिलं भळभळतं दुःख असलं बोलत सुटली. म्हणाली, "दुःख सहन होत नाही म्हणून मागं टाकायचं, दीड-दमडीची तडजोड करून आयुष्य पुढं ढकलायचं म्हणजे निव्वळ करंटेपणा आहे." सुधाचे काळेशार डोळे धगधगायला लागले. मनसोक्त बोलावं असं ठरवून आले होते. पण सुधा उधाणून असं बोलायला लागली. जरा वेळानं स्वतःला आवर घालीत म्हणाली, "पण तू आता बरी आहेस ना? मग ठीक आहे."

सुधा लग्नाला आली होती. त्या सजवलेल्या भरजरी सुगंधी वातावरणात एका कोपऱ्यात एकटीच अवघडून बसली होती. अंगावर जरीचं पण इस्तरीदेखील नसलेलं, किंचित मळकं पातळ होतं. पायांत रोजच्या झिजलेल्या चपला. बराच वेळ

तिच्याकडे कुणाचं लक्ष गेलं नाही. उठून पुढं जावं, जातीनं तिच्याकडे पाहावं हे तर शक्यच नव्हतं.

गर्दी ओसरून गेल्यावर अगदी बिचकत सुधा पुढं आली आणि आपल्या ओलसर हातात माझा हात घेऊन म्हणाली, ''आता बरी आहेस ना तू?''

''हो तर!'' मी हसून म्हणाले; पण पुढं काही बोलायच्या आत श्रीकांतकडे न पाहताच सुधा जवळजवळ धावतच निघून गेली.

आता आम्ही चौघं आहोत. श्रीकांत, मी, मनीषा आणि अभय. पुरेसा पैसाअडका आहे. जुन्या-नव्या मित्रमैत्रिणी आहेत. संसाराला कसलंच गालबोटसुद्धा नाही.

नलू, वासंती, मीना अधूनमधून भेटायला येतात. सुधादेखील इथंच आहे. मध्यंतरी नलूची आई वारली, तेव्हा नलूकडे बऱ्याचदा गेली होती. कुणा ना कुणाकडून तिची खुशाली समजते. पण योगायोग असा की, इतक्या वर्षांत आमची एकदाही भेट झाली नाही. 'आता बरी आहेस ना तू?' हे तिचे ध्रुपदासारखे शब्द कानी आले नाहीत.

.३.

संध्याकाळचे साडेपाच. संध्याकाळचा चहा घेऊन झाला होता एकटीनंच. अशोक हल्ली उशिरा घरी येत असे. ऑफिस सुटल्यावरही त्याला रोज काम करीत बसावं लागे. पण माझ्या मनाची जुनी सवय सुटली नव्हती. साडेपाचपासून त्याच्या वाटेकडे डोळे लावून मी गॅलरीत उभी.

अर्धा तास गेला असेल. संध्याकाळच्या सावल्या लांब आल्या. पाखरांची घरी परतायची एकदम चिवचिव झाली. भारी खिन्न नि एकटं वाटायला लागलं होतं... रोज उशिरा यायचं म्हणजे काय? इतकं काम असलं तर हाताखाली मदतीला आणखी कुणी घ्यावं म्हणजे लवकर आटपेल.

इतक्यात हळूहळू दाटत चाललेल्या अंधारात तिची आकृती दिसल्याचा भास झाला. संध्याकाळच्या सरत्या प्रकाशात अंधूक दिसत होतं. नक्की ओळख पटत नव्हती. डोळे विस्फारून पाहिलं. हो... तीच होती... सुमित्रा कर्वे. लगबगीनं चालत येत होती. माझ्याकडेच.

फार बरं वाटलं. मन चट्दिशी बहरून आलं. एकटेपणा पुसला गेला. थोडी कृतज्ञता, थोडा अभिमानही वाटला.

सुमित्रा-प्रसिद्ध नवकवी आनंद कर्वे यांची बायको. आनंदराव... रुबाबदार, आकर्षक व्यक्तिमत्त्व, भेदक धारदार नजर, काव्यगायनाच्या वेळी कविता म्हणण्याची

ती वेगळीच ढब, साऱ्या मराठी मुलखात आनंदरावांची कीर्ती होती. सुमित्रेला काय कमी होतं? नवस करून मिळणार नाही असा नवरा, दोन उमदे छोकरे, नीटस सुसज्ज संसार...

सुमित्रेनं बेल वाजवायच्या आधीच मी दार उघडून ठेवलं. लिंबाचं सरबत केलं. तिला आवडतात म्हणून दोन केशराच्या काड्याही टाकल्या.

सुमित्रा पुढ्यातच उभी. येताना पाहिली असूनही अवचित आल्यासारखी, समोर उभी असून उन्मळल्यासारखी.

"मी आले आहे."

"ये सुमित्रा, बस."

"फार अस्वस्थ होऊन आले आहे मी." सुमित्रा उभीच.

"हो, ते ओळखलं मी तुझ्या चालण्याचा वेग पाहूनच. अस्वस्थ असलीस की, फार जलद चालतेस तू... हे घे, तुझं सरबतही तयार आहे."

एवढ्यानंच सुमित्रा निवाल्यासारखी झाली. खाली बसली. चवीनं सरबत प्यायली.

"म्हणून मी तुझ्याकडं येते. तू मला इतकं जाणतेस की, अस्वस्थ असले म्हणजे पाय आपोआप तुझ्याकडे वळतात."

मला क्षणभर धन्य धन्य होऊन जातं. लगबगीनं मी तिला आरामखुर्चीत बसवते. आधाराला पायाखाली छोटं स्टूल देते. उश्या आणते. मानेखाली, पायाखाली लावून देते.

सुमित्राची गात्रं सैलावतात. ती एक मोठा सुस्कारा टाकते.

"तुझ्या अंगात हा मोठा गुण आहे यशोदा. तुझ्या जवळ बसलं की पाच मिनिटांतच इतकं विसावल्यासारखं होतं मला. खरं म्हणजे इतर वेळीही आलं पाहिजे मी तुझ्याकडे. अस्वस्थ वाटलं तरच यावं असा नियम थोडाच आहे?"

यावर काय बोलणार? मी नुसती हसले.

"काय झालं आज सुमित्रा? का इतकी अस्वस्थ झालीस?"

"आज दामले पति-पत्नी आली होती."

दामल्यांची नाटकं मराठी रंगभूमीवर अनेकदा गाजली होती. यामिनीबाई नाटकांतून कामं करीत असत. दामले पतिपत्नी व आनंदराव यांचा फार जुना स्नेह होता. सुमित्रेच्या लग्नापूर्वीपासूनच. सुमित्रेच्या चेहऱ्यावर पुन्हा सावट पसरू लागलं. ती काहीच बोलेना.

"पण झालं तरी काय आज?"

"नेहमीचंच. कविराय, आहात का घरात?" असं ओरडतच दामले आत आले. आनंद त्यांना पाहिल्याबरोबर अगदी फुलारून गेला. 'चहापोहे कर ग!,'

असं म्हणून गप्पा मारायला बसला. दोन तास गप्पा झाल्या असतील.''

''चालायचंच सुमित्रा. अशी जुनी मित्रमंडळी जमली म्हणजे वेळेचं भान नाही राहत...''

''आनंदला आता एक बायको आहे, याचं तरी भान राहावं की नाही? चार शब्ददेखील धड बोलले नाहीत.'' सुमित्रेला असलं हे वागणं स्वाभाविकपणंच लागलं होतं. ''आणि आजच नव्हे, नेहमीचंच आहे हे. आनंद मोठा कवी आहे, तुमचा जुना मित्र आहे, हे सारं खरं. पण मलाही काही व्यक्तिमत्त्व आहे. मी गाते. रेडियोवर माझं अधूनमधून गाणं होतं. एवढी मोठी माणसं म्हणवतात ही स्वत:ला, पण कौतुकाचा, निदान मी गाते हे माहीत असल्याचा एक शब्दही सुचू नये यांना? यामिनीबाईंनाही एका स्त्रीचं मन कळू नये?''

सुमित्रा फारच दुखावली होती.

''आपल्याला मोठी वाटणारी, माणसं अचानक अशी बेपर्वा निघतात नाही?''

कशीबशी मी तिला शांत केली. समजूत घातली.

पुन्हा भारावून तिनं म्हटलं, ''खरंच यशोदा, तू मला फार समजून घेतेस. मनाला असा काही त्रास झाला तर ते धड आनंदलाही सांगता येत नाही. तो म्हणणार की, क्षुल्लक गोष्टींचा मी फार बाऊ करते आहे... पण लोकांच्या असल्या वागण्यानं आतल्याआत इतकं तुटायला होतं म्हणून सांगू. असं वाटतं की, माणसं न यावीत म्हणजे मग असले दुखरे काटे मनात सारखे सलत राहणार नाहीत. आपण एकटंच असावं. रियाज करावा, निवांत गावं. आनंद आहे, माझा छोटा संसार आहे. निरांजन तेवत असलेल्या देवघरासारखं मन शांत राहावं. पण जमत नाही. येणाऱ्याजाणाऱ्यांची ही वर्दळ, औपचारिक स्नेहसंबंधांचा बडिवार सांभाळता सांभाळता साऱ्या उमेदीची राख होऊन जाते बघ.''

सुमित्रा मला प्रथम भेटली, तो प्रसंग आठवला. अशोकच्या ऑफिसात एक मराठी मंडळ होतं. त्यांनी आनंदरावांचं काव्यगायन करायचं ठरवलं होतं. तारीख, वेळ नक्की करायला अशोक आणि मी बरोबरच त्याच्याकडे गेलो. अशोकला वाङ्मयाचा नाद, विशेषत: काव्याचा. झालं, दोघेही बोलत सुटले. मी जरा वेळ चुळबुळले. पाहिलं, तर सुमित्राही अस्वस्थ झालेली दिसली. म्हणनू जरा अधिक आस्थेनं विचारलं. एकाएकी भडभडून आल्यासारखी सुमित्रा बोलत सुटली.

''इतक्या प्रसिद्ध कवीची बायको होणं म्हणजे किती मौज असं वाटतं लोकांना, पण माझी दु:खं मलाच ठाऊक!'' त्या पहिल्या भेटीतच ती इतकं मनमोकळं बोलली.

खरं होतं तिचं म्हणणं. आनंदरावांचा स्वभाव भारी छांदिष्ट. जे हातात घेतील तेच करीत राहतील; मागचंपुढचं भान नाही, मध्ये हटकलेलं खपायचं नाही. घरी आनंदरावांच्या साहित्यिक मित्रांची वर्दळ फार. पाहुण्यांच्या सरबराईत कमी पडलेलं आनंदरावांना चालायचं नाही. आणि ही सारी आनंदरावांची माणसं. सुमित्रेला आपलं वाटेल असं त्यात कुणीच नाही. आपल्याला जाणणारं कुणी असावं, स्वत:च्या मैत्रिणी असाव्यात, स्वत: कुणी असावं असं तिला झालं होतं.

मला फार वाईट वाटलं. किती विचित्र हे बायकांचं आयुष्य... सावट पडलेल्या झुडपासारखी सुमित्रा खुरटून चालली होती. मला वाटलं, त्या मानानं आम्ही सामान्य बायका अधिक सुखी. मी सुमित्राला तसं बोलूनही दाखवलं. तीही म्हणाली, ''खरंच फार सुखी आहेस तू.'' ते ऐकून मला फार धन्य वाटलं.

मी अशोकमध्ये आणखी आणखी गुरफटत गेले. लग्नाला सारी चार वर्षे झालेली. राजाराणीचा संसार. भरपूर पैसे. अशोकला वरची जागाही लवकरच मिळाली असती. मग फ्रिज घ्यायचा, कदाचित मोटारही स्वत:ची.

नाही म्हणायला अशोकला घरी यायला उशीर व्हायचा. ही किती क्षुल्लक गोष्ट! पण त्रास होत असे. माझी संध्याकाळ सुनी, उदास जात असे.

एक दिवस अशा मोकळ्या संध्याकाळची मी सुमित्राकडे गेले. आनंदराव घरी होते. मुलांना सुमित्रेनं मोलकरणीबरोबर फिरायला पाठवलं होतं. संध्याकाळ घरीच घालवायचा बेत असूनही सुमित्रेनं साडी बदलली होती. साधी फिकट निळ्या रंगाची प्रसन्न साडी, केसांत जुईचा गजरा. आनंदरावांभोवती घुटमळत होती. तिचे डोळे नाचत होते.

''संध्याकाळ, केवळ आनंद आणि मी. अगदी जपून राखून ठेवते हा वेळ मी आम्हांला. नेहमीच जमतं असं नाही. कुणीतरी अवचित येतं. सगळाच बेरंग होतो. पण आज तू आलीस ते फार आवडलं मला. आपलं माणूस यावं, त्यानं आपलं हे सुख पाहावं असं फार वाटतं मला. तू अगदी बोलावल्यासारखी आलीस.''

ही सुमित्रा वेगळीच होती. किती सुखात, प्रसन्न. आयुष्याच्या रहाटगाड्याला विटलेली, खुरटल्यामुळं खेद करणारी सुमित्रा हीच का, असा प्रश्न पडला. पण मनाला फार बरं वाटलं. सुमित्रेच्या आयुष्यात हा सुखाचा चिवट धागा होता. आनंदराव तिच्याकडे प्रसन्नपणं पण अनिमिष पाहत होते. सुमित्रेला आज अडचण नसली वाटली माझी तरी आनंदरावांना वाटणारच. फार वेळ बसले नाही. चटकन् उठले. संध्याकाळी जाऊन तिच्या रंगाचा असा बेरंग करायचा नाही असा निश्चय केला. अशोकची आठवण झाली. किती दिवसांत अशी एकान्त संध्याकाळ आम्हाला मिळाली नव्हती. किती दिवसांत मनाच्या तारा अशा संवादी झाल्या नव्हत्या.

मनावर पसरू लागलेला विषादाचा पडदा कोळिष्टकासारखा बाजूला केला. चालायचंच! क्षुल्लक गोष्टीचा असा बाऊ करायचा नाही!

सुमित्रा वरचेवर येत राहिली... अस्वस्थ होऊन... माझ्याकडे विसाव्याला. मी एक दिवस तिला म्हटलं, ''आणखी गाणं शिकू का, म्हणून आनंदरावांना का नाही विचारीत तू?''

''गाण्याच्या तालमीत रोज दोन-तीन तास जातील. घराकडे तेवढा वेळ लक्ष द्यायला होणार नाही. आनंदला आवडेल का ते?''

''मला नाही वाटत आनंदराव नाही म्हणतील असं. तुझी इतकी तीव्र इच्छा आहे. नक्कीच हो म्हणतील. विचारून तर बघ...''

नंतर एक दिवस अगदी घाईघाईनं आली.

''बस सुमित्रा, बरं झालं आलीस. अजून अशोक आला नाही आहे.''

''आज अशोक उशिरा येणार आहे?''

''नाही ग, रोजच असा उशीर होतो त्याला. मला फार एकटं एकटं वाटतं. आणि काल तर...''

माझं बोलणं मध्येच तोडीत सुमित्रा म्हणाली, ''फार घाईत आहे ग मी. आनंद घरी आला देखील असेल. पण त्यातही वेळ काढून मी मुद्दाम तुला सांगायला आले की, तुझं खरं झालं. मी आनंदला विचारलं मात्र, तो लगेच हो म्हणाला. खाँसाहब महमदखाँकडे तालीम घ्यायला जायचं मी.'' सुमित्रा उत्साहानं फुलली होती. मग सहज आजूबाजूला पाहून जरा रुसव्याच्या स्वरात म्हणाली, ''का? आज आम्हांला आरामखुर्ची नाही? लिंबूसरबत नाही?''

खरंच, हे सारं मी आज अगदी विसरले. मनात कालचं फोर्टमधलं दृश्य होतं. त्यावर झालेली माझी आणि अशोकची प्रश्नोत्तरं, तीही घोळत होती. आज आदरातिथ्यात उणं पडलं. हातून कुचराई झाली. तसंच विचूक मनानं सरबत केलं. ते उभ्याउभ्याच पिऊन सुमित्रा चपला चटचटावीत निघून गेली. पुन: पुन्हा मनात येत राहिलं की, आज कुचराई झाली. केशरही घालायला विसरले. असं मन सैरभैर होण्यासारखं काय झालं होतं? तसं काहीच नाही.

काल अशोकच्या स्वेटरसाठी लोकर आणायला फोर्टमध्ये गेले होते. नेहमीच्या दुकानात हव्या त्या रंगाची लोकर मिळाली नाही. दुकानं फिरता फिरता संध्याकाळ उलटून गेली. पण मनाला काळजी नव्हती. अशोक अजून ऑफिसात असणार. पण समोरच्या बसस्टॉपवरच अशोक दिसला. बरोबर एक मुलगी. दोघं बोलत होती. तन्मयतेनं. अशोक इकडे कसा? त्याचं ऑफिस तर इकडे नाही.

काय वाटलं कुणास ठाऊक. जवळ जाऊन ओळख दिली नाही. एकटीच घरी आले. मन उगीच सैरभैर झालं होतं. का बरं असं वागले मी? अशोकबरोबरच घरी आले असते, म्हणजे आपोआपच शांत वाटलं असतं. माझंच चुकलं.

अशोक घरी आला. जेवणं झाल्यावर त्यांना पहिल्याचं मी अशोकला सांगितलं.

"कधी? केव्हा? कुठं?"

"आज संध्याकाळी. ** बसस्टॉपवर. कोण ती मुलगी?"

"मुलगी होय? हं! हं! ती सेक्रेटरी माझी. उशीर झाला ऑफिसात. मग घरापर्यंत पोचवायला गेलो होतो..."

खरं आहे. तरुण, सुंदर मुलगी. तिला रात्रीच्या वेळी एकटं घरी जायला कसं सांगायचं? काही झालं म्हणजे? जबाबदारी अशोकची होती.

पण का कुणास ठाऊक, असं वाटलं खरं की, निदान आता तरी अशोक घरी वेळेवर येईल. ऑफिसात जास्त काम असलं तर घरी आणील.

तसं काही झालं नाही. हाताखाली मदतीला माणूस असूनही अशोकला उशीर होतच राहिला.

त्याला पुन्हा मी काही विचारलं नाही. असं वाटलं की, निदान सुमित्रेजवळ मन मोकळं करून बोलावं.

गेले. दार उघडून म्हणाली,

"कोण? तू का यशोदा? मला वाटलं, देशमुख आले. यायचे आहेत आताच. त्यांच्याबरोबर माझ्या कार्यक्रमाचं बोलणं व्हायचं आहे."

अर्धा-पाऊण तास तशीच बसले. देशमुखांचं आणि तिचं बोलणं झालं. ते झाल्यावर बाहेर जाण्याची तयारी करायला आत गेली. कामाच्या गर्दीत होती. मी आल्याचं भान राहिलं नसावं तिला.

परत यावं कधीतरी...

एकदोनदा गेले. सुमित्रेची जुनी तक्रार खरीच होती. वर्दळ फार असे तिच्याकडे. आनंदरावांची साहित्यिक मित्रमंडळी, सुमित्रेची गाण्यातली मंडळी... निवांत बसायलाबोलायला मिळालं नाही. एकदा तिचा गाण्याचा कार्यक्रम कसा झाला ते अगदी रंगून सांगत होती इतकंच.

पण एकंदरीत सुमित्रेला सुखाची सम पकडणं जमू लागलेलं दिसत होतं. आताशा तिचा अस्वस्थपणाही कमी झाला असावा. बरेच दिवसांत आली नाही माझ्याकडे पूर्वीसारखी. तशातही बरं वाटलं. आपण सामान्य माणसं. सुमित्रा मोठी, कलावंत; पण तिच्या कलासाधनेला माझा थोडा हातभार लागला होता, या विचारानं कृतार्थ वाटलं. यातून तिला याची जाणीव झाली होती. तेही आठवलं. नाहीतर

स्वयंकेंद्री कलावंतांना अशी कृतज्ञता क्वचितच असते.

परवा धोब्याला कपडे देत असताना अशोकच्या पँटच्या खिशात ती सिनेमाची तिकिटं सापडली. (आदल्या दिवशीच्या संध्याकाळच्या शोची– सर्वात वरच्या दराची.) गर्द अंधारात असताना एकदम सूर्य डोळ्यांत चमकावा तसं झालं. नजर भाजून गेली.

अशोक ऑफिसात गेल्यावर तशीच बाहेर पडले. न जेवता. बाहेर ऊन रणरणत होतं. पाय भाजत होते. माथ्यावर आग फुलल्यासारखं वाटत होतं. पाय आपोआप सुमित्रेच्या घराकडे वळले.

मोलकरणीनं दार उघडलं. सगळ्या खिडक्यांवर पडदे ओढले होते. मंद, शांत अंधार होता. आरामखुर्चीत कुणी बसलं होतं. उन्हातून आल्यानं अंधारात प्रथम नीट दिसलं नाही. नक्की ओळख पटली नाही. डोळे विस्फारून पाहिलं. सुमित्राच होती. एकटी होती. हायसं वाटलं. घशात क्षणभर आवंढाच आला.

आत पाऊल टाकताच म्हटलं, ''आज मी फार अपसेट होऊन तुझ्याकडे आले आहे.''

मला पाहून सुमित्रानं पायाखालचं स्टूल मला बसायला पुढं सरकवलं.

''मनकवडी आहेस यशोदा तू. आज बरेच दिवसांनी तुझी फार आठवण झाली. येणारच होते मी, तर तूच दारात उभी!''

माझे शब्द सुमित्रेच्या कानी पडले नसावेत.

''फार बरं झालं तू आलीस ते. तुझा हा शांत चेहरा पाहूनच धीर येतो मनाला. तुझ्या साध्या हालचालीदेखील इतक्या रिलॅक्स्ड आहेत. तुझ्याकडे पाहूनच रिलॅक्स्ड वाटतं मला.''

कृतज्ञ सुमित्रा– पण आज कृतार्थ वाटलं नाही.

सुमित्रा बोलतच होती. ''आज या 'कलाजीवन' मासिकात माझ्या गाण्यावर आलेला अभिप्राय पाहिलास?''

'कलाजीवन' घरी येऊन पडलं होतं. सकाळीच मी ते चाळलं होतं. त्यात सुमित्रेच्या गाण्यावर अभिप्राय आला होता? लक्षात आलं नाही... पूर्वी हातून असं दुर्लक्ष झालं नसतं...

''गानकोकिळा अंजनीबाई पेडणेकरांनी लिहिला आहे हा अभिप्राय. मी आणि नियाज हुसेन दोघंच मैफलीत गायलो. सारखाच वेळ. नियाज हुसेनवर पान भरून लिहिलं आहे. तोंड फाटेपर्यंत स्तुती केली आहे आणि माझ्या गाण्यावर तीन ओळी! अंजनीबाईंना एका स्त्रीचं मन समजू नये? तू म्हणतेस तेच खरं यशोदा. आपल्याला मोठी वाटणारी माणसं अचानक अशी बेपर्वा निघतात. असं वाटतं, या

माणसांचा संबंध नको. एकटं राहावं, एकट्यासाठी गावं, आपल्यातच असं फुलून, बुडून, मिटून जावं.''

सुमित्रा फार फार दुखावली होती. उघडच होतं पण आज नीटशी समजूत घालायला जमलं नाही. शब्द सुचेनात. मनात निराळाच गोंगाट चालू होता. विचूकपणं स्वत:बद्दलच बोलत सुटले.

''काल अशोक रात्री दहा वाजता घरी आला. म्हणाला, 'आज ऑफिसात फार काम पडलं. डोकं वर करायला झालं नाही. आता जेवावंसं वाटत नाही. डोकं दुखतं आहे, मी जेवायची वाट पाहत खोळंबून राहिले होते. पण काही बोलले नाही. जेवले नाही. ॲनासिनची गोळी दिली. डोकं चेपू का विचारलं, तर नको म्हणाला. माझ्याकडे पाठ फिरवून झोपून गेला.''

सुमित्रेचं मन अजून थाऱ्यावर नसावं. हातातल्या मासिकाकडेच पाहत होती. तरी पण दखल घेऊन म्हणाली, ''अशोकला फार काम असतं ना ग हल्ली? रोज उशिरापर्यंत बसावं लागतं? अंधार पडल्यावर एकटंच ऑफिसात काम करीत बसायचं... छे. अंगावर शहारेच येतात.''

''नाही. अगदी एकटा नसतो. हाताखालची सेक्रेटरी असते मदतीला. उशीर होतो म्हणून तिला पोचवून घरी येतो.''

''ते बरंय. एकपरीनं सोबत तरी असते त्याला.''

''आज सकाळी धोब्याला कपडे देताना अशोकच्या पँटच्या खिशात ही तिकिटं सापडली. काल संध्याकाळच्या साडे सहाच्या शोची. सर्वात वरच्या दराची.''

सुमित्रेनं मासिकाभोवती घोटाळत असलेले डोळे चमकून वर उचलले. तिकिटं न्याहाळून पाहिली. ''गेला असेल एखाद्या मित्राबरोबर सिनेमाला...'' जरा वेळ थांबून माझ्याकडे निरखून पाहत म्हणाली, ''का? काय वाटतं तुला?''

''मित्राचं काही बोलला नाही.''

''नसेल बोलला एखादे वेळी. आज आनंददेखील मला न सांगतासवरता मुलांना घेऊन गेला आहे. खरं म्हणजे आज माझं मन स्वस्थ नाही हे ठाऊक आहे आनंदला. तरीही गेला... मला एकटी ठेवून.'' सुमित्रेच्या चेहऱ्यावर पुन्हा सावट आलं.

काही उत्तर सुचलं नाही. सुमित्रेची समजूत घालायला जीभच उचलेना. शून्यात नजर लावून बसून राहिले. डोक्यावर हात घेऊन सुमित्रा मासिकाकडे पाहत बसून राहिली होती.

जरा वेळानं माझ्याकडे न पाहताच म्हणाली, ''आज तो अभिप्राय वाचल्यापासून मन थाऱ्यावरच नाही माझं... चल. सरबत घेऊ या थोडंसं अन् मग जरा स्वस्थ पडते मी.''

आरामखुर्चीतून सुमित्रा उठली. आत गेली. चालताना मरगळल्यासारखी दिसत होती. आपल्या खोलीत दाराजवळच्याच पलंगावर लवंडली. डोळ्यावर पदर घेऊन.

मोलकरणीनं दोन खोल्यांमधला पडदा सारला. मला सरबताचा ग्लास आणून दिला.

ग्लास हातात धरून त्या पडद्याकडे पाहत मी एकटीच बसून राहिले.

११. फळे रसाळ गोमटी

ऑफिसातल्या प्रशस्त एअरकंडिशंड केबिनमधल्या फिरत्या खुर्चीवर देशमुख बसलेले होते. समोरच्या भल्यामोठ्या टेबलावर एक इंटरकॉम, एक ऑपरेटरनं कनेक्ट करून द्यायचा व एक डिरेक्ट लाइन असे टेलिफोन. टेबलावर 'इन' आणि 'आउट' ट्रेज, पेन्स, बॉलपेन्स, पेपरवेट्स. समोरच टेबल कॅलेंडर. त्यावर मोठ्या आकड्यांत आजची तारीख : २४ ऑक्टोबर १९७५.

दुपारची वेळ. आजची बहुतेक सगळी महत्त्वाची कामं नेहमीच्या शिरस्त्याप्रमाणं सकाळीच आटपली होती. आर. जे. येऊन गेला होता. वास्तविक सव्वीस जूनपासून कामगारांना चांगली शिस्त लागली होती. युनियनची आणि पर्यायानं आर. जे.ची नांगीच मोडली होती. पण त्यामुळं हल्ली त्याची कणव येत असे.

आता समोर हिरानंदानी उभा होता. कंपनीच्या टॅक्सरिटर्नबद्दल.

अवघा सत्तावीस वर्षांचा पोरगा. हुषार होता. दोन महिन्यापूर्वीच टॅक्सेशनमध्ये घेतला होता. सीनियर टॅक्सेशन मॅनेजरच्या लक्षात न आलेल्या चुका दाखवीत होता. टॅक्सरिटर्नसमोर पसरून त्यानं चारपाच ठिकाणी टॅक्स कसा कमी भरला जातोय हे सांगितलं. दिवस हे असले! भल्याभल्या लोकांवर, नव्हे कंपन्यांवरसुद्धा इन्कमटॅक्सची संक्रांत वळत होती. जपून राहायला हवंच होतं.

हातात काचेचं पेपरवेट खेळवीत देशमुख संथपणं ऐकत होते. तसा नम्रपणं बोलत होता. ओव्हरसाइट्स झाल्या आहेत म्हणाला.

"मेक दोज करेक्शन्स् अँड सेंड देम टु मी..."

हिरानंदांनी तरीही उभाच.

''ईज देअर एनिथिंग एल्स?''

तर नो सर म्हणत टेबलावरचं कागदांचं भेंडोळं उचलण्याऐवजी त्यानं कंपनीच्या ऑफिसर्सच्या खाजगी टॅक्सरिटर्नविषयी बोलणं सुरू केलं. उपलब्ध नसलेल्या सवलती अनेक ऑफिसर्स कसे दडपून घेतात, मेडिकल एक्सपेन्सिस, एंटरटेन्मेंट अलावन्स अशी उदाहरणं त्यानं सांगितली.

''मिस्टर हिरानंदानी,''– हे मिस्टर वगैरे मुद्दाम– ''टॅक्सरेट्स इतके भरमसाट राहिलेले. मंडळीला आपापलं पाहण्याखेरीज गत्यंतर नव्हतं.''

''पिणं आणि इतर अनेक गोष्टी यांवर एवढा खर्च केला नाही, तर अशी पाळीच कशी येईल?'' असं जरा पुटपुटला.

निव्वळ आगाऊपणा! आपण न ऐकल्यासारखं केलं. तर पुढं म्हणाला, ''पण सर, आता टॅक्सचे दर खाली आले आहेत.''

हिरानंदानीचं पुराण आणखी ऐकून घेण्याची जरूर नव्हती. सावधगिरी बाळगणं वेगळं आणि भगव्या कफन्या पेहरणं वेगळं. त्यांनी हिरानंदानीकडे दुर्लक्ष करीत सेक्रेटरीला प्यूनकरवी बोलावणं पाठवलं. हिरानंदानीला निरोप दिल्याच्या सुरात सुनावलं, ''सेंड मी ए नोट ऑन परक्विझिट्स.''

''यस सर. सर, आपण असल्या गैरकृत्यांची पाठराखण करावी असं मला नाही वाटत...''

हिरानंदानीला एकदा चांगलं जामावं लागणार होतं. तरी बरं, त्याला बस म्हटलंच नव्हतं.

इतक्यात सेक्रेटरी रामनाथन आला. फिरत्या खुर्चीची पाठ हिरानंदानीकडे वळवून देशमुखांनी दुपारच्या कामांची चौकशी केली.

रामनाथननं यादी वाचली, ''जस्ट थ्री अपॉइंटमेंट्स टुडे: विजय मेहता ॲट थ्री, बापू ॲट थ्री-थर्टी अँड उन्नीकृष्णन ॲट फोर.''

''बापू? बापू हू?''

''आय डोंट नो सर. ते आपले मित्र आहेत म्हणाले. डिड आय डू रॉंग सर?''

''ही हिडंट गिव्ह एनी पर्टिक्यूलर्स? आडनावसुद्धा सांगितलं नाही?'' चटदिशी प्रश्न निसटले. मनात आलेली शंका खरी असेल, तर इतकंही बोलून जायला नको होतं.

''नो सर.''

गोंधळ उडाला. ''दॅट विल बी ऑल, रामनाथन.'' तरी हिरानंदानी उभाच

होता. त्याच्याकडे वळल्यावर म्हणाला, ''सर.''

''मिस्टर हिरानंदानी, तुम्ही फक्त मी सांगितलेलं ते टिपण पाठवायचं. त्यावर फायनल डिसिजन मी घेईन.''

सवयीनं जामला खरा, पण त्यातली हवाच गेली होती.

...बापू? ए फ्रेंड. आपला एकेकाळचा मित्र आणि कृष्णाचा नवरा. बापू पुराणिक? कृष्णा कधी भेटली आपल्याला? एकवीस तारखेला? हो, मंगळवारीच. त्या दिवशी लवकर घरी चाललो होतो. अचानक कृष्णा रस्त्यावर दिसली. डोळ्यावर मोठे गॉगल्स होते तरी ओळखली. बेसावधपणं वागलो. ड्रायव्हरला गाडी थांबवायला सांगून खाली उतरून समोर उभे राहिलो. मनात एकच विचार आला, कृष्णा आपल्याला ओळखणार नाही. मग आपण ओळख देऊ!

आजवर अनेकदा आलेला अनुभव. जुन्या ओळखीच्या माणसांनं गोंधळून उभं राहायचं. ओळख पटल्यावर ओशाळं हसायचं. ''किती बदल झालाय. कसं ओळखणार इतक्या वर्षांनी?'' वगैरे चुळबुळत म्हणायचं. संबोधनाशिवाय बोलायचं. म्हणजे 'ए' म्हणायला नको, 'अहो' म्हणायला नको. थोडं चुळबुळल्यावर शेजारी उभ्या असलेल्या कारकडे थोड्या असूयेनं पाहत येणारे शब्द. ''आता काय, तुम्ही बडे झालात!''

हे ऐकताना बरं वाटे. कृष्णाकडून असलं काही ऐकायला मिळेल...

पण आपण समोर उभे राहिलो, तरी प्रथम ती थांबलीच नाही. तरातरा तशीच पुढं चालली होती. हटकल्यावर दचकून थांबली. लगेच एका नजरेत जोखून घेत म्हणाली, ''वामन ना तू?'' फटकळ शब्द. इतकेच. 'किती बदललास, बडा झालायस' वगैरे काही नाही. आता चुळबुळण्याची पाळी आपली.

''काय करत्येयस हल्ली?''

त्या प्रश्नाला बगल देत शेजारच्या कारकडे पाहत म्हणाली, ''तू काय करतोयस? फार बडा झालेला दिसतोयस.''

लगेच तिला लिफ्ट देऊ केली. क्षणभर गोंधळली, विचारात पडली, मग म्हणाली, ''काय हरकत आहे? बरंच झालं की.'' आणि मग कारमधलं संभाषण :

''काय चाललंय हल्ली?'' या साध्या औपचारिक प्रश्नाला, ''तू पेपरबिपर वाचत नाहीस वाटतं हल्ली? का फक्त फिनॉन्शियल न्यूज वाचतोस?'' हे उत्तर.

''इमर्जन्सी डिक्लेअर झाल्यापासनं काय असतं पेपरात वाचण्यासारखं?''

''खरंच, पेपरात चुरचुरीत वाचायला काही नसतं नाही आता? सकाळची घटकेची करमणूक बुडाली!''

''इतकी वर्ष राजकारणात घालवून तुम्ही हीच पाळी आणलीत ना शेवटी?''

फळे रसाळ गोमटी () **११३**

"तुमची-आमची गेल्या अठ्ठावीस वर्षांची पुण्याई फळली! राजकारण सोडण्याची पाळी आली आता!"

जरा जरा संशय येऊ लागला होता. पण 'आम्ही राजकारण सोडलं' म्हटल्यावर हायसं वाटलं.

तर लगेच दुसऱ्या दिवशी पेपरात पहिल्या पानावर कृष्णा भूमिगत झाल्याची बातमी! देशमुखांनी पेपर काढून पाहिला. हो. बावीस ऑक्टोबरला. आणि आज लगेच बापूचा फोन! तोसुद्धा ऑफिसात! ऑफिसात भेटायची अपॉइंटमेंट घेऊन ठेवलेली. आता आपल्याला घरसंसार आहे. वडील आपल्यावर अवलंबून आहेत. बायको आहे. मुलगा अजून कॉलेजात आहे. आणि हा सरळ ऑफिसात भेटायला मागतोय!

देशमुख चटकन् उठले. दुपारच्या सगळ्या अपॉइंटमेंट्स कॅन्सल केल्याची सूचना रामनाथनला पाठवून घरी निघाले.

पूर्वसूचना नसल्यानं प्यूनची धांदल उडाली. ड्रायव्हरला वर्दी पोचताच सफाईदार वळसा घेत गाडी देशमुखांच्या शेजारी येऊन उभी राहिली.

रामनाथन आता शिरस्त्याप्रमाणं त्याला नाव, पत्ता, टेलिफोन नंबर यांची नोंद करून ठेवायला सांगेल. मग पाहता येईल.

पण बापू पुराणिकच असणार तो. स्वतः काहीतरी भलतंसलतं मांडून बसायचं आणि बिनदिक्कत कुणालाही त्यात गोवायचं, ही त्याची जुनीच सवय. बेचाळीसच्या वेळी तरी काय, "तुझ्याबद्दल कुणाला संशय यायचाय?" म्हणत आपल्या गळ्यात पत्रकांचे गठ्ठे घालीत असे. काय दिवस होते ते! बापू, कृष्णा, भास्कर नाईक आपले सदोदित भूमिगत. कसल्या कसल्या वेषात कुठंही गाठीत. भास्कर तर नजरभेट होता होता 'इकडेतिकडे बघू नको.' असा इशारा करीत पुढे येई. कुठला कोण पारशी बावाजी आपल्याकडे पाहून डोळे का मोडतोय कळत नसे. काळ्या कोटातला हा वकील आपल्याकडे कशाला, हा प्रश्न पडतोय तो लक्षात येई, अरे, हा तर भास्कर. मग नको म्हणता म्हणता नजर चहुबाजूंना फिरे. कुणी पाहतंय? असलं तर भास्कर पकडला जाईलच आणि त्याच्याबरोबर आपणही. एकदा पत्रकं ठेवायला देऊन गेला. दुसऱ्या दिवशी न्यायला येणार होता. दोन दिवस झाले, चार झाले. मग आपण ती पत्रकं जाळायला बसलो. तर कागद जळल्याचा असा वास सुटला! धाकधूक वाटू लागली. आठव्या दिवशी बापू आला. त्याला सांगितल्यावर खदखदून नुसता हसला. पाठीवर थाप ठोकीत म्हणाला, "डरपोकच तू बेट्या पहिल्यापासून! लढ्यात आमची अख्खी माणसं जळताहेत. त्या वासाचा माग तुझ्या नाकपुडीला लागला नाही. स्वतः जाळलेल्या कागदाच्या

वासाला घाबरलास?''

बापू आपल्याला हसला. तोपर्यंत मनात काचकूच होत होतं. अनेकदा त्यांना सांगितलं होतं, ''बाबांनो, ही आपली कामं नव्हेत. आपला सगळा नन्नाचा पाढा. आपल्या वडलांनी जन्मभर शाळामास्तरकी नाहीतर कारकुनी केलेली. चाळीतल्या पोरांच्या गलक्यात अभ्यास करताना नाकी दम आलेत. आता सुखानं नोकरीधंदा न करता आपण तुरुंगात जाणं कसं परवडेल? बापजाद्यांनी कमाई करावी तेव्हा पोरा-नातवंडांना त्याग करता येतात आणि अशाच राजबिंड्यांचे त्याग, देशभक्त्या साजऱ्या होतात. चळवळीचं पानिपत झालं तरी त्या होन-मोहरा, त्यांची नावं गाजत राहतील. आपण चिल्लरखुर्दा, खत्रुडं. आपले त्याग गटाराच्या पाण्यासारखे वाहून जातील!''

बापू, भास्कर ऐकायचे आणि सोडून द्यायचे. मनावर घ्यायचेच नाहीत. आपणही एकीकडे हरखलेले होतो. त्यांचा आपल्यावर इतका विश्वास आहे. कामगिऱ्या सांगतात. पत्रकं ठेवायला देतात. आपल्या हातूनसुद्धा काही होतं आहे. धन्य वाटायचं.

पण त्या दिवशी बापू आपल्याला हसला. मग आपण तडक सांगून टाकलं. निर्वाणीचे शब्द काढल्यावर इतकी वर्षे धरलेला हक्काचा सूर सोडून बापू मवाळीनं म्हणाला, ''होय वामन, आपण काय करावं हे ठरवण्याच्या अधिकार तुलाच आहे. आपल्या वाटणीला आलेला पंचेचाळीस-पन्नास वर्षांच्या आयुष्याचा तुकडा कसल्या सहाणेवर झिजवायचा हे ज्याचं त्यानंच ठरवायला हवं. आमची बळजबरी नाही. कदाचित तू वर्तवलेलं भविष्य खरं ठरेल. चळवळीचं पानिपत होईल. आमची वाताहत होईल. हे आमचे भिकेचे डोहाळे असतीलही. यशापयशाचा विचार न करत आयुष्याची बाजी लावावी असं वाटतं काही महाभागांना. डॉक्टर पळणीकरांचा स्वत: डॉक्टर झालेला मुलगा बापाची चालती प्रॅक्टिस सोडून महारोग्यांच्यात जाऊन बसलाय. अभ्यास, पैसा, संसार, इतकंच काय, देशप्रेमसुद्धा थिटं मानून तो सदू ठकार ईश्वरप्राप्तीकरता हिमालयात गेलाय. त्यांचे मार्ग आम्हांला कुठं पटलेत? प्रत्येकाची वाट निराळी; आणि यशाची कोष्टकं रुपये-आणे-पैच्या हिशेबात मांडणं हा तर राजमान्य धोपटमार्ग आहे...''

काय बापूला वाणीची देणगी होती पण! तळमळून बोलायला लागला की, रचून ठेवलेले मनाचे सारे बेत पत्त्यांच्या बंगल्यासारखे ढासळून पडायचे... तो जर हसला नसता...

पण आपण केलं तेच बरोबर झालं. यांच्या मागोमाग जाऊन काय भलं होणार होतं? यांनी अशा कोणत्या ध्वजा लावल्याहेत आतापर्यंत? बेचाळीस साली

लंगोटी लावलेली पोरं आज 'राज्यातील सर्वात तरुण मंत्री' वगैरे बिरुदं मिरवताहेत. ही आमची मंडळी मात्र अजूनदेखील 'पाइकां'त जमा. चार आदिवासींच्यात हिंड, कुण्या गावच्या सावकाराविरुद्ध खटले चालव, झोपडपट्टीवाल्यांचे प्रश्न सोडव, असलं फुटकळ देशकार्य करताहेत. देशकार्य घवघवीतपणं करायला हातात सत्ता लागते, एवढं यांच्या अजून ध्यानात आलं नाही. आणि आता तर पुन्हा धूळ खात तोंड लपवून फिरताहेत घुबडासारखे!

या बापूनं कृष्णेचं सारं आयुष्य बरबाद केलं. सारी जिंदगी तिला वणवणत काढायला लावली. मी माझ्या बायकोला कसं ठेवलंय बघ म्हणावं एकदा डोळे उघडून...

पोटातलं पाणी हलणार नाही अशा नितळवेगी कारनं देशमुख घरी आले. समोरच्या खोलीत कुठल्याशा पॉप गाण्याची रेकॉर्ड मोठ्यानं वाजत होती. देशमुख सरळ बेडरूमकडे आले. मिसेस देशमुख ड्रेसिंग टेबलासमोर बसल्या होत्या. पांढऱ्या कपड्यानं केस घट्ट झाकून उरलेल्या उजाडगुब्ब चेहऱ्यावर क्रीमचे लपके देत होत्या. देशमुखांना पाहून लगबगीनं उठत म्हणाल्या, "अगंबाई, आज इतक्या लवकर..." देशमुखांनी त्यांच्याकडे धड पाहिलंही नाही. मुकाट समजुतीनं त्या खोलीतून बाहेर पडल्या आणि समोरच्या खोलीत गेल्या. लगोलग समीरच्या खोलीतल्या प्लेअरचा आवाज कमी झाला. पाच मिनिटांत थंड सरबताचा ग्लास टीपॉयवर आला. ग्लास ठेवलेला कळावं म्हणून चमच्याचा किंचित आवाज केला होता तितकाच. आज्ञाधारकपणं आपलं मन धरण्यासाठी बायको रात्रीपर्यंत धडपडेल...

देशमुखांनी शांतपणं ग्लास ओठाला लावला. कृष्णा... हडकलेली, केसांत पांढऱ्या रेषा. कसल्याच प्रसाधनाचा चेहऱ्याला कधी स्पर्शही नसणार. शिवाय मूळची सुंदर नव्हेच. भरीला फटकळ. आपल्याजवळ तडफडीत बोलली ते एक समजा, पण बापूचं मन धरायला तरी पुढं होत असेल का ती विजेची ठिणगी? एक मात्र खरं, तारुण्य ओसरलं तरी तिच्या रूपाला अजून मिरचीचा झणका होता. ताणलेल्या धनुकलीसारखं शरीर, वीसबावीस वर्षांनी भेटल्याक्षणी ओळखून अंदाज घेताना नजरेत दिसलेली तीक्ष्ण चमक...

आपल्याला पाहून बायकोच्या ओठावर आलेले शब्द, "अगबाई, आज इतक्या लवकर!" भावनाप्रधान कौटुंबिक नाटकात शोभेलसा उद्गार! तिचा चेहरा हल्ली पिठाच्या महालक्ष्मीसारखा निर्जीव, फुगीर दिसतो. भुवयांचे, ओठांचे आकार आणि रंगच नव्हेत, तर हसूसुद्धा मेकअप करून चढवल्यासारखं वाटतं. वास्तविक हातापायांशी नोकर ठेवूनी पायघड्यांवर आयुष्य घालवायला मिळाल्यावर साधा टवटवीत ताजेपणा टिकवता यावा ही मामुली अपेक्षा– कधी तरी सुचवायला हवं तिला...

देशमुख स्वस्थ पडून राहिले. भोवतांलचा विरविरीत अंधार, डोळ्यांना थंडावा देणारे मंद दुधी रंग. बाहेरच्या भगभगीत उजेडात प्रतिबंध करणाऱ्या निळसर काचा. दारा-खिडक्यांवर मंद रंगांचे पडदे. खोलीत ठिकठिकाणी निळसर दुधी शेड्सची घुंघटं पेहरलेले दिवे. एअरकंडिशननं गार केलेली हवा...

बापू, भास्कर यांची कोष्टकं कोणतीही असोत; ती सगळी साफ हुकली आहेत. आपला अंदाज मात्र कधी चुकीचा ठरला नाही.

अठ्ठेचाळीस साली वडील आय. ए. एस. कर असा आग्रह धरून बसले होते. एकदा तोही मोह झाला. बापूइतक्या अव्यवहारीपणं नाही वागलं तरी चार लोकांचं भलं करता येईल. नाहीतरी खादी पांघरूनच लोकांची सेवा केली पाहिजे असं थोडंच आहे?

पण तेव्हाच सनदी नोकऱ्यांचं भविष्य डोळ्यांपुढे दिसू लागलं होतं. अखेर सरकारी नोकरी! पगारवाढ, इ. बी., पगारवाढ. मुंग्यांच्या रांगेसारखे आकडे. त्याच वेगानं सरकणारे... भरभराट खाजगी धंद्यात होणार. भरपेट फायदा. महापूर पैसा. दुसऱ्या महायुद्धात दिसलंच होतं की. सरकारी नोकरांचे पगार मात्र जिथल्या तिथे. वडिलांना सांगून टाकलं, "सिव्हिल सर्व्हंट्सचा भाव उतरायचाय आता. पूर्वीच्या आय.सी.एस.च्या दाखल्यावर जाऊ नका तात्या.''

अचूक शब्द, बिनतोड होरा. दहा वर्षांत ग्रामपंचायतीतली प्रस्थं कलेक्टरांना भारी होऊन बसली.

बड्या खाजगी कंपनीतली नोकरी सोडून या छोट्या कंपनीत येताना तिथला सहकारी रघुनंदन म्हणाला होता की, जास्त पैसे मिळाले तरी असल्या लहान कंपनीत जाऊ नकोस. तिथे कसलीच शाश्वती नाही. केव्हाच झक्कू देतील.

"लहान कंपनीत आपण इन्डिस्पेन्सेबल झालं पाहिजे. कंपनी आपल्या कष्टावरच मोठी झाली म्हणजे सर्वांत वरची जागा, मागू त्या सवलती, सारं आपलंच. त्यातून पुन्हा मोठ्या कंपनीत जावं वाटलं तर इथल्या टॉप पोझिशनचा स्प्रिंगबोर्ड आहेच.''

रघुनंदनला आज आपल्या निम्मीही आवक नसेल. पोझिशन तर नाहीच..

एकदा दिशा ठरल्यावर मागं वळून पाहिलं नाही. सवडच झाली नाही. दररोज शेअरबाजारात चालणारे चढउतार, कंपनीच्या उलाढाली, खरेदी-विक्रीचे व्यवहार, कॉर्पोरेशन टॅक्स, सेल्स टॅक्स-नाना गोष्टींकडे चौफेर ध्यान ठेवावं लागे. ही लहान कंपनी. आपल्यावर केवढी जबाबदारी. तीनचारशे माणूस हाताखाली. त्यांचं पोटपाणी आपल्यावर अवलंबून. बेजबाबदारपणं वागलं तर ही माणसं अन्नाला महाग व्हायची. बिनदिक्कत ऑफिसात येऊन भेटायला बापूला काय होतंय?

फळे रसाळ गोमटी (**) **११७

डोकं झटकीत देशमुख उठले. टीपॉयवरच्या रिकाम्या ग्लासाशेजारीच पोस्टकार्ड पडलेलं होतं, तिकडे लक्ष गेलं. 'अनेक आशीर्वाद. पत्र पाठवून याचना करावयाची म्हणजे जिवास यातना होतात. पण अन्य मार्ग उपलब्ध नाही. वीस तारीख होऊन गेली. मनिऑर्डर पोचलेली नाही. यास्तव स्मरणपत्र पाठवीत आहे. कदाचित पोस्टात गोंधळ असेल... प्रकृतीला जपावे. सवड काढून घरी येऊन जाण्याचे पाहवे– तात्या.'

असं कसं झालं? मनिऑर्डर का पोचली नाही बरं? डायरी काढून पाहिली. पाच तारखेला पैसे समीरकडे दिले होते.

देशमुख समीरच्या खोलीत गेले.

"हाय डॅड! यू हॅव कम सो अर्ली टुडे?"

ती चर्चा देशमुखांना नको होती.

"समीर, तात्यांना मनिऑर्डर कुठून केलीस तू?"

"मनिऑर्डर? व्हेन? ओ यस डॅड, नाउ आय रिमेंबर. आय ॲम ऑफुली सॉरी! मी साफ विसरून गेलो ते!"

देशमुखांना राग आला. काय ही बेपर्वाई! तात्यांना गावी त्रास झाला असेल.

"तरीच! कित्येक दिवस मला समजलं नव्हतं, इतकी रक्कम आपल्याकडे कशी? या क्षणापर्यंत ध्यानातच येत नव्हतं माझ्या. आय स्पेंट इट ऑन रेकॉर्ड्स. आय ॲम सो सॉरी डॅड!"

मात्र पोरगा खरंच विसरला होता. पैसे कसे खर्च झाले तेही मोकळेपणानं लगेच सांगत होता. बाकी अडीचशे-तीनशे रुपयांकरता सबबी सांगण्याची समीरला गरजच पडली नव्हती कधी.

"आय विश यू हॅडंट फरगॉटन!" जास्त रागावून काय साधणार होतं?

"ओ. के. मी पाठवतो उद्या. देशमुखांनी विषय संपवून टाकला. "अँड अनदर थिंग– अरे ही इमर्जन्सी आहे आता– कॉलेजात तसलं वारंबिरं नाही ना आलेलं? चळवळीचं?"

"नो डॅड. तसलं काही नाही. आय हॅव हर्ड सम रूमर्स. बट आय हॅव नो कनेक्शन विथ दॅट लॉट."

आणि अभ्यास काय म्हणतोय?"

समीर बी.कॉम.ला शेवटच्या वर्षाला होता.

"गेल्या सहासात वर्षांचे पेपर्स पाहिलेत. पेपरसेटर्सची नावं माहीत आहेत. येत्या टर्मला त्यांतला एकदोघांच्या ट्यूशन्स घेतो. पंचावन्न परसेंट मार्क मिळाले की, फॉरिन एक्सचेंजची अडचण येणार नाही."

आपलंच रक्त होतं. परीक्षेत हुकमी यश मिळविण्याच्या क्लृप्त्या समीरला फार लहानपणापासूनच उमगल्या होत्या. देशमुखांना त्याच्या हुशारीचा अभिमान वाटला.

"आणि डॅड, एम.बी.ए. केल्यावर तिथंच सेटल व्हायचं म्हणतोय मी."

"का रे समीर, इथे काय कमी आहे तुला?"

"छी! काय आहे या भिक्कार इंडियात? एम.बी.ए. करून आल्यावर नोकरीसाठी वणवण करून कुठंतरी पंधराशे टिकल्यांवर सुरुवात करायची. वशिलेवाल्या नादान सुपीरिअर्सची हांजी हांजी करायची. शिवाय फ्लॅट मिळत नाही. टेलिफोन कनेक्शनला वेटिंग लिस्ट. मनाजोगी कार मिळणार नाही. हजार झगझगी. तिथं सुरुवातीलाच हजार डॉलर्स मिळतील."

चार वर्षांपूर्वी एस.एस.सी. झाल्यावर कोणती लाईन घ्यावी हा निर्णय समीरनं स्वत:च घेतला होता त्याची आठवण झाली.

"कॉमर्स! दुसरं काही नको!"

"का रे? सायन्स का नको? सहज झेपेल तुला."

"नाही डॅड. सध्या सायन्सला भाव नाही. डॉक्टर्सची परवड चाललीय. इंजिनिअर्स बेकार मरताहेत."

"अरे, पण त्याची काळजी तुला कशाला? तुला कसली आवड आहे?"

"आवडीचा सवालच कुठं आहे डॅड? मला आवड आहे छन्-छन्-ची!"

वयाच्या सोळाव्या वर्षी समीर म्हणाला, तेव्हा क्षणभर मनात पाल चुकचुकली होती. हातात इतका पैसा वाहत असताना समीरला पैशाचाच लोभ? आता समीर अमेरिकेत स्थायिक व्हायचे बेत सांगत होता.

"पण समीर, नुसत्या पैशाच्या मागं लागून परागंदा व्हायचं, परक्या देशात राहायचं,"

"पण मला तर इथंच स्ट्रेंजरसारखं वाटतं डॅड. गेल्या वर्षी अमेरिकेच्या टूरला जाऊन आलो तेव्हाच ठरवलं, आय वुड लाइक टु सेटल इन द स्टेट्स."

"अरे, पण..."

देशमुख चाचरले. 'आपला देश', 'मातृभूमी' वगैरे शब्द तोंडातून फुटेनात. इमर्जन्सी जाहीर झाल्यापासून तर आणखीच लोक देश सोडून चालले होते. आपण समीरला कसं अडवणार? यातून 'तू आमचा एकटा मुलगा. जवळ असावास असं वाटतं' वगैरे म्हणण्याची सोयच नव्हती. दीडदोनशे मैलांच्या अंतरावर तात्या गेली कित्येक वर्षं एकटे राहत होतेच की.

आपल्याला गरज पडणार नाहीच, पण पडलीच तर समीर तिथून डॉलर्स पाठवील. तक्रारीला जागाच नाही. पोरगा आपल्यावर ताण करील हे नक्कीच.

मनातले सगळे बेत मुकाट्यानं गुंडाळून ठेवीत देशमुख आपल्या खोलीत परतले. नेहमीची वेळ झालेली नव्हती, तरी बाटली व ग्लास समोर मांडून घेत पायातलं बळ गेल्यासारखे ते बेडवर बसले.

१२. सांगता

दुपारी चार वाजता चहा पाजण्याचा कंटाळवाणा समारंभ शहारणाऱ्या अंगानं उरकल्यावर दुर्गाक्कांनी भराभरा चहाची भांडी आवरली, आणि एक प्रकारच्या तिरीमिरीतच त्या बाहेर पडल्या. येऊनजाऊन यायचं ठरलेलं ठिकाण एक. भाजीबाजार. भाजीपाल्याची काहीही गरज नसताना पाय सपासप त्या दिशेनं चालू लागले. न झेपेलशा वेगानं पंधरावीस मिनिटं चालचालून बाजारात पोचताच जरा जीव थारी आला. डोळां भुई दिसू लागली.

दुरूनच बाजारात पसरलेले हिरवेगच्च ढीगच्या ढीग दिसत होते. आत्ता ही हिरवीगार भाजी कसली? ज्येष्ठ अर्धा व्हायला आला. ऐन उन्हाळ्याचा कहर. नुकतंच कुठं उकळत्या आभाळात काळे ढग भरू लागायची वेळ. तापतापून पांढऱ्या पडलेल्या आकाशात आता ओल्या ढगांचा चोंदा बसायची सुरुवात. मग धरित्रीचं मुस्कट दाबून धरून कडकलक्ष्मीच्या अवतारात आकाश आपल्याच पाठीवर विजेचे चाबूक ओढू लागेल, तेव्हा कुठं जरा हायसं वाटेल. तरी धरित्रीतून हिरवे कोंब उगवायला तीनवार महिना खराच. मग आज कुठली ही एवढी हिरवीगार भाजी?

जवळ आल्यावर स्पष्ट दिसू लागलं. तकतकीत काळपट हिरव्या रंगाची फताडी पानं. प्रत्येक वीतभर डहाळीला नेमकी चारपाच आणि त्या डहाळ्या विकत घ्यायला घोळक्यांनं उभ्या असलेल्या विशीपंचविशीतल्या, वाटोळी फडकी गुंडाळलेल्या पोरी—

''तू काय करणारेस उपासाला उद्या?''

''काय करू सांग ग. दर उपासाला वऱ्याचे अळणी तांदूळ

आणि साबुदाण्याची खीर खाऊन कंटाळा येतो अगदी. नवं करायचं काहीतरी...''

''अगं, कसला उपास नि काय! गेल्या वषी ह्यांनीच मोडला माझा उपास. माझ्या लक्षातच नव्हतं. तर सकाळीच आले...''

खिसखीसी हसत गप्पा चालल्या होता. उपास केला काय नि मोडला काय? कुलुकुलू बोलण्याला आणि खिदळण्याला आधार एवढीच त्या उपासाची किंमत. सगळं वागणं छत्रीखाली मांडलेल्या भातुकलीच्या खेळासारखं.

सगळाच पोरखेळ झालाय. आता कुणाला कसली जाण नाही, समज नाही.

लग्न झालं तेव्हा या पोरींच्यापेक्षा कोवळं वय आपलं. सतरावं वर्ष. लग्न झालं आणि या गावात येऊन पडलो. उन्हाळ्यात जळूनभाजून काढणारं गाव. फाल्गुन पौर्णिमेपासून उन्हाचा कडाका सुरू व्हायचा. वैशाखापर्यंत आकाशाचा तवा तापून शुभ्र चमकत असायचा. पहिली दोन वर्षं तडफड, काहिली झाली. मग मात्र मनातल्या ताप-संतापावर पेटत्या अंगाराचे चटके देणारं ऊन अंगवळणी पडलं. नव्हे, दुखऱ्या जागी पळीचा चुरका हवा वाटतो तसं आवडायला लागलं.

शिवाय, पाठोपाठ ज्येष्ठ यायचा. वैशाख सरता लग्न झालं. लग्न झाल्याझाल्या उपास सुरू केले. दशमीला नक्त. संध्याकाळी एक वेळ जेवण. दुसऱ्या दिवशी एकादशी. निर्जला. द्वादशीला पुन्हा नक्त. मग त्रिरात्र. वर्षांनुवर्ष तेच चक्र. अंगी जुनाट ज्वर खिळलेला असावा तशी हाडात मुरलेली पंचेचाळीस वर्षांची सवय. अंगात संचार झाल्यासारखं ते वारं घुमू लागायचं. देहाला ओळीनं सहासात दिवसाची सजा असे. पण अंगात हौतात्म्याचा आवेश असे. त्या भरात पुढचे अर्धपोटी-उपाशी काढलेले सहा-सात दिवस जाणवायचेसुद्धा नाहीत. शेजारणी म्हणायच्या, 'दुर्गाक्का, काय हे कडक व्रत! तुम्ही म्हणून करता. आम्हाला नाही हो झेपायचं!' तेवढं ऐकता ऐकता अंगावर अन्नाविना मूठमूठ मांस चढायचं. ज्येष्ठात अशी मुसंडी मारली की त्या हिशेबानं इतर बायकांना भारी वाटणारा उपासउत्सवांचा चातुर्मास म्हणजे नुसता चिल्लरखुर्दा! आपल्याला शेंगदाणे सोसत नाहीत, पित्त होतं, उपास लागतो, असलं कुणी काही म्हणालं तर न चुकता 'होय का? मग सूतशेखराची मात्रा तरी घे लिंबाच्या रसात' असं म्हणत आपण घरातली मात्रा देत असू. पण असल्या बायकांकडे पाहून हसूच यायचं. कांदेनवम्या काय करीत, चातुर्मासाच्या तयाऱ्या काय करीत! सबंध चातुर्मासात आठवण येऊ नये, म्हणून कांद्याची भजी बकाणून खायची, शिवाय कांद्याचा रस्सा, कच्च्या कांद्याची कोशिंबीर... 'चातुर्मासात कांदालसूण नाही ना? मसाले, लोणची करून ठेवते!', 'यंदा मेतकूट करून ठेवते बाई! गेल्या वषी राहून गेलं. मग एकसारखी आठवण यायला लागली...' 'अहो वारूताई, माझ्याकडनं घेऊन यायचं होतं मेतकूट.' आपण म्हटलं होतं. घरात ताजा

मसाला, मेतकूट असे. कधीही कुणाला द्यायची तयारीदेखील असे. पण मनात मात्र 'एकसारखे देहाचे चोचले पुरवणाऱ्यांनी करावी कशाला व्रताची ढोंगं?' असा सडेतोड प्रश्न असे.

आता असा प्रश्न मनात उमटावा असं कुणी राहिलं नाही. बरोबरीच्या बायका वठून म्हाताऱ्या झाल्या. चारदोन वर्षात कुणी भरल्या कपाळानं, तर कुणी भुंड्या गळ्यानं स्मशानवाटेनं गेल्यासुद्धा. एक नमू राहिलीय. पण ती मुला-नातवांच्या संसारात इतकी काही हनुवटीपोतर बुडालीय की लेकीसुना हसतील एवढ्यापुरते तरी उपास करते की नाही कोण जाणे! गेल्या कैक वर्षांत ती आपल्या वाऱ्यालासुद्धा फिरकली नसेल. कधी भाजीबाजारात तोंडोतोंड गाठ पडली तर चटदिशी म्होरा फिरवते. आणि ऐंशी वर्षांची गावातली मथूमावशी. अठराव्या वर्षीच विधवा झाली. जन्मभर एकभुक्त राहिली. ना नात्याची न गोत्याची. आपलं कोण कौतुक तिला, "अग, कपाळ फुटल्यावर कुणीही करील उपासतापास! पण चांगलेपणी देवाची इतकी आठवण ठेवत्येय-धन्य आहेस गो पोरी!"

आणि आता!

कणवेनं भरून येऊन दुर्गाक्का तिच्या घराच्या दिशेनं वळल्या.

हाडांची खुडखुडीत जुडी करून म्हातारी स्वयंपाकघराच्या बाहेरच बसलेली होती. जन्मभर वागवलेला सगळा करारीपणा आता अंगावरच्या कातडीप्रमाणंच सुरकुतून सैल झाला होता. पुढ्यातल्या कागदावर टाकलेले चुरमुरे खात होती. दुर्गाक्कांचा पायरव ऐकल्यावर खाता खाता ओरडली, "कांद्याची भजी का गो करत्येस? मला देस आणून."

कसली कांद्याची भजी न् काय? सैंपाकघरात कुणीच नव्हतं. म्हातारीला उत्तर देण्याचे श्रमदेखील कुणी घेतले नाहीत. रोजरोज काय उत्तर तरी देणार? आपण उठल्या उठल्या खाल्लं, दुपारी भरपेट सुस्त जेवलो हे देखील तिला आठवे-समजेनासं झालं. सारखे नित्य नवे वास यायला लागले.

"मथूमावशी" दुर्गाक्कांनी हाक मारली.

"तू का आलीयेस दुर्ग्ये? काय आणलंयस मला खायला?"

दुर्गाक्कांना शरमल्यासारखं झालं. म्हातारीला खायला आणायला हवं होतं आपण काहीतरी.

"घे– चिवडा घे तुला." समोरचे कोरडे चुरममुरे दुर्गाक्कांपुढे सारीत मथूमावशी म्हणाली. आपण स्वत:च्या बोळक्या तोंडात चुरमुरे चावीत राहिली.

"अगो आजी, तोंड किती वाजवत्येस!" कुठूनतरी धावत जवळ आलेली नातवाची लेक म्हातारीला म्हणाली.

"दात गेले ना पडून? म्हणनू गो, म्हणून!" म्हातारी चुटक्या वाजवीत म्हणाली. पुन्हा तोंड मचमच वाजतच राहिलं.

दुर्गाक्कांना बसवेना. त्या उठल्या. पुन्हा माघाऱ्या चालू लागल्या. दैवानं मथूमावशीची अशी क्रूर थट्टा का मांडली असेल? एकुलता एक मुलगा साठीचा होऊन डोळ्यादेखत मेला. त्या दुःखानं की, म्हातारपणानं हा चळ लागला? नातवाच्या घरी समोर टाकलेले तुकडे मोडतेय. काय झालं असेल? सगळा जन्म कोंडून घातलेल्या वासनाचं दार खिळखिळं झाल्याबरोबर भुतासारख्या नाचू लागल्याहेत?

भन्नाट मनानं त्या पुन्हा बाजारात आल्या. लहानलहान वांग्यांचे ढीग, कोवळ्या पोपटी काकड्या... आपण काय करतोय याचं भानच सुटल्याप्रमाणं भराभर भाजी घेत सुटल्या. पिशवी जड लागू लागल्यावर जाग आली. आणि लाज वाटली. तडक घरी परतावं म्हणून मान वर केली.

दूरवर अण्णा उभे होते. त्यांना पाहिल्याबरोबर दुर्गाक्कांचं पाऊल तिडबिडून घाईनं पुढं पडलं. अण्णा त्यांच्याच दिशेनं येत होते. मग मात्र त्या जागच्या जागीच स्तब्ध झाल्या. पुढं येणारी आकृती जास्त जास्त स्पष्ट झाली.

दुर्गाक्कांनी डोळ्यांवरून हात फिरवला. पापण्यांची उघडझाप केली!

हा तर नारायण!

"अक्का, कसं आहे तात्यांचं?" शब्द कानी पडले, पण अर्थ सुधारला नाही. "झालं नाही यायला गेल्या चार दिवसांत, पण उद्या फेरी टाकून जाईन मी. आत्ता जरा घाईत आहे." ओशाळवाण्या मुद्रेनं नारायण म्हणाला आणि उलटा फिरून झपाझप निघून गेला.

नाही. पाठीमागून मुळीच अण्णांसारखा दिसत नव्हता. फक्त समोरून आणि लांबून तेवढा.

अण्णा! आयुष्यात आधार वाटला होता एक अण्णांचा! पण सतराव्या-अठराव्यात अण्णा तसे अंतरले. पुढचं पंचेचाळीस वर्षांचं आयुष्य नारळाच्या भकलावर जमत चाललेल्या बुऱ्यासारखं बुळबुळीत शेवाळ झालं. अण्णांच्या छायेखाली आयुष्याला शहाळ्याच्या गोड पाण्याचा ताजा कोवळा स्वाद होता. ओठाला लावता लावता धक्का बसावा, पाणी सळकन सांडून जावं, तसे अण्णा निसटून गेले, आणि सासर-माहेरची दोन लहानमोठी कोरडी भकलं हाती राहिली.

अण्णांच्या आठवणीनं अजून काळजात बसलेला बाण जागा होतो. वास्तविक इंग्रजी पाचवीसहावीतच आईनं खालमानेनं 'पुरे ही शाळा. पोरीचं लग्न करायला हवं. आयसीएस का जावई पाहायचा आहे?' असली कुरकुर चालवली होती. अण्णा आपले ढग गडगडल्यासारखे हसत. 'मॅट्रिक झाली पोरगी म्हणजे गार्गी-

मैत्रेयी नव्हे, की एक नवरा मिळत नाही. पुराण्या काळात त्या बालिष्टरिणींनासुद्धा दोन नवरे मिळाले, म्हणजे प्रत्येकी एकेकच हो! नाहीतर म्हणशील...'' असलं बोलणारे अण्णा.

आईला 'अहो गंधर्व' अशी हाक मारणारे अण्णा. ''आज कुणाचा पार्ट आहे? भामिनी का सिंधू? हो. तुम्हांला काय? फाटकं लुगडं असो, नाहीतर शालूशेले-रूपाचा तितकाच झणका! उगीच नाही भिक्षुकाची केली मी!'' असं चिडवणारे अण्णा.

आपल्याला स्वत: पुढ्यात घेऊन संस्कृत शिकवणारे अण्णा. पूजापाठाला खणखणीतपणं अथर्वशीर्ष, रुद्र म्हणणारे अण्णा.

''काय? आमच्या सासरेबुवांइतकं येतंय ना ग मला? का नाही?'' असं चेष्टेनं खिजवणारे अण्णा.

अण्णांच्या बोलण्यावर मानेला झटका देत आई हसत असे. अंगावरच्या टोपपदराचे फलकारे मिरवीत असे.

ते सारं अचानक संपलं. दूधसायीचं मऊगोड बाळजीवन एकाएकी वठून जख्ख प्रौढपण अंगावर चाल करून आलं.

''म्हारोऽ... म्हारोऽ'' असले शब्द कानावर आले तेव्हा प्रथम अर्थबोधच झाला नाही. घरात सारखी गुजबूज गुजबूज ऐकू येई. आपल्या म्हाताऱ्या आजीकडे पांडू धोकटी घेऊन येई तेव्हा तिला जाणाऱ्या सांगाव्यापेक्षा हलकी चुकचूक...

म्हारांनी केलं तरी काय? कळेना. गृहस्थाघरी दुसरंतिसरं काही कधी ऐकलंच नव्हतं. पहिला आठवडा कानात दडे घातल्यासारखं घर चिप्प झालं. कुठं खुट्ट आवाज झाला की, माणसं दचकून माना काढू लागली. एकदा अण्णांच्या हातून अंघोळीचा तांब्या पडला आणि बोंब ठोकल्यासारखा ठणठणत घरंगळला, तेव्हा सगळी चित्रासारखी थबकली.

पण ही स्तब्ध अवस्था आठवडा-दोन आठवडे टिकली असेल. नंतर कुणी आरडाओरडा केला असं नाही. पण अण्णा जवळच्या शहरातल्या डॉक्टरकडे जाऊन आले. आले ते एकदम आक्रसल्यासारखे लहान दिसायला लागले. विटाळशीप्रमाणं वळकटी-तांब्या घेऊन पडवीत राहायला लागले. त्यांना न विचारतासवरता आईनं आपलं नाव शाळेतून काढून टाकलं.

डोक्यावर मेणचट काळी टोपी घट्ट बसवणारा एक गृहस्थ स्थळांच्या लांब याद्या घेऊन घरी फेऱ्या मारायला लागला. 'दूरगावी द्यायची म्हणजे कुणाला समजायला नको.' म्हणून लांबलांबची स्थळं हुडकणं सुरू झालं. पण जमतजमत आलं की अगदी ऐन वेळी वरपक्षाकडून नकाराचा निरोप येई. एकदा तर मुहूर्ताला

आठवडा उरलेला असताना वरपक्षाकडली दोनतीन माणसं एकाएकी उगवली. दारात उभी राहून आईला अद्वातद्वा बोलली. पाणीदेखील न पिता तडातडा निघून गेली. तेव्हा मात्र आई हबकली.

मग बिजवरतिजवरांची शोधाशोध सुरू झाली. आणि इतके दिवस मुकाटपणं पडवीत राहणारे अण्णा एक दिवस एकाएकी घरात शिरले. डोळे गरगरवीत म्हणाले, "आता काय शारदा नाटक करताय वाटतं?"

आई क्षणभर दचकली. पण लगेच स्वत:ला सावरीत नाक वर करून म्हणाली,

"तुमचंच पाप नडतंय पोरीला! सारखी बायकांच्या देखणेपणावर नजर! कुठंतरी शेण खाल्लं असेल ते उतलंय आता! घरात शिरून पोराबाळांना व्हायला हवंय का तेच?"

दुसऱ्या दिवशी उठल्या उठल्या अण्णांच्या तोंडची बेसूर ललकारी ऐकू आली, "जोऽऽहार!" ती किंकाळी ऐकून थरकाप झाला. मग पहिल्याइतकंच गडगडाट हसत विचूक बडबडू लागले, "तो गंधर्व काय गातो, ठाऊक आहे? तुमच्या म्हाराचा मी म्हार... तुमच्या म्हाराचा मी म्हार..."

त्यानंतरच्या एकदोन दिवसांतच अण्णा नाहीसे झाले, आणि आईचं सौभाग्य अखंड झालं.

आतापर्यंत आईकडे एकदोनदा 'मला बिजवर नको, निदान म्हातारा नको!' असा हट्ट केला होता. 'मग कसं व्हायचं लग्न तुझं? बेगम का राहायचंय?' अशी बोलणी खाल्ली होती. काय होईल लग्न नाही झालं तर? असा विचार मनात आला होता. पण अण्णा गेले, आणि आपल्या नाड्याच आखडल्या. फक्त लग्नापुरत्याच नव्हे, जन्माच्या. अण्णा आपल्याला पाहायला कधीतरी येतील म्हणून जन्मभर वाट पाहिली. ते नाहीसे झाले त्या क्षणापासून डोळ्यांपुढं महारोगी भिक्षेकऱ्यांची रांग सतत वाहती राहिली. पण नाकाची बोंडी झडलेला, हातापायांची बोटं सडलेला कोणताच चेहरा कधी त्या ओळखीचा निघाला नाही.

अण्णा नसले तरी पुढं यथासांग लग्न लागलं. लग्नात ताशावाजंत्र्यांच्या बरोबरीनं, 'बिजवर असले म्हणून काय झालं? महारोग्याची मुलगी करताहेत! किती उदार मन!' असा कानकीट गवगवा ऐकून घेतला. मंगळसूत्रातल्या वाट्यांच्या मधे पहिलीच्या नावाचं पदक बसलं. गळ्यात माळ पडताक्षणीच चांगला आडवातिडवा वाढलेला दहा वर्षांचा नारायण नामे पुत्र अगत मिळाला. 'जन्म द्या, दूध पाजा, हगमूत काढा–कटकट नको! आयता मिळालाय!' असले साळकायामाळकायांचे खवट उद्गार ऐकून घेतले, आणि मग मनात बावीस वर्षांच्या अंतराची भीती जोजवीत उपासतापासांना सुरुवात केली.

वास्तविक लग्न झाल्यावर चारसहा वर्षांत सगळं आटपलं असतं तरी आजीसारखं आपलं डोकं कुणी न्हाव्याच्या हाती दिलं नसतं. पण केव्हाही अंगावरचा पदर लोंबत सोडणाऱ्या गावच्या वेडीसारखा हा नागवा विचार त्यावेळी मनात आला नाही.

लग्नाच्या दुसऱ्या वर्षी दिवस गेले तेव्हा हे म्हणाले, "यंदा तू दोन जीवांची! गेल्या वर्षासारखे उपास करू नकोस. पोराचा जीव सुकून जाईल."

"सुकला तर सुकला! तुम्हाला तुमचा नारायण आहेच. मला काळजी आहे तुमच्या जिवाची. त्याच्यापरतं का पोरबाळ जास्ती आहे?"

हे पुरुषमाणूस असून चरकले.

"काय हे बोलत्येस? मला काय झालंय?"

आपण बोलल्याप्रमाणं केलं. तस्से कडक उपास केले, "देवा, राज्य नको, वैभव नको, दागदागिना नको, पोरबाळ नको... अखंड सौभाग्य दे!"

तिलाच नव्हे काही! मागितलं ते ते तस्संच्या तस्सं आपल्यालाही मिळालं की!

जन्मत: मेलेल्या त्या मुलानं वांझ नसल्याची हाळी दिली तितकीच. तीसुद्धा एकदाही तोंड न उघडता. मग मात्र, 'उपजतच कशानं मेलं? हा आनुवंशिक महारोगच की काय? मूल शिवाय आंधळंही होतं की कसं?" असली भोचक बोलणी पुढची अनेक वर्षं ऐकण्यापुरता त्याचा आपला संबंध.

आणि एकदा उमर्टपणे परतवून लावलेलं माप देवानं पुन्हा पदरात घातलं नाही. नाहीतरी अण्णांच्या आठवणी काढणं, वाट पाहणं उगीचच. चांगले असते तरी ते का आतापोतर जगणार होते? म्हातारपणी कणव यायची लेकीसुनांना, आधार द्यायचा मुलालेकरांनी.

बोलता येत होतं, तोवर असलं कानावर पडतं तर हे म्हणाले असते, 'बोलवतं कसं तुझ्यानं असं? नारायण आहे की आपला.'

हो, नारायण आहे की? नाही कसा? आहे तर! चांगला पंचावन्न वर्षांचा आहे. आपल्या आयुष्याला कोंभ फुटला नसला, तरी नारायणाला नातवंडं व्हायची वेळ आलीय.

नारायण आहेच. शिवाय तो कर्तव्याला चुकायचा नाही. दर चार दिसा येईल, तात्यांची तब्येत कशी आहे म्हणून विचारील, 'तुम्हांला एकट्याला त्रास होत असेल सगळं पाहायला. त्यांना मी माझ्या घरी घेऊन जातो.' असंसुद्धा म्हणेल हवं तर. पण जीभ तुटली तरी त्याच्या तोंडून आपल्याविषयी चौकशीचा तुकडा बाहेर पडायचा नाही...

फणे काढीत पाठलाग करणाऱ्या आठवणींच्या तंद्रीत घर केव्हा आलं

समजलंही नाही. भाजीच्या भरलेल्या पिशव्यांचं ओझं दुर्गाक्कांनी रागानं कोपऱ्यात सारून दिलं आणि त्या कामाला जुडल्या.

दिवेलागण झाली होती. देवाजवळ दिवा लावायचा होता. स्वत:ला जेवायचं नसलं तरी भरवायला गोळाभर भात उकडायला हवा होता.

वात निरांजनात ठेवून पेटवताना आणखी एक ठसठस स्मृती चाळवली होतीच. गावात वीज आल्यावर देवांजवळ एक लहानसा विजेचा दिवा बसवून द्या, म्हणून आपण शंकरतात्यांकडे दाताच्या कण्या केल्या होत्या.

"आपण करतो तेवढं जातिवंत करावं. तुपाचं निरांजन खरं. कितीही तूप जाळ, आणून देतो." अशा वाटाण्याच्या अक्षता लावल्या होत्या.

"चुकून कधी निरांजन जातं. धसका वाटतो."

"वा:! मग तीच तर काळजी घ्यायची. दैवाच्या चुकीवर मात करायची आहे ना? मग दिवा जाऊन कसं चालेल? मग हाही दिवा चुकून जाईल!"

देवघरात विजेचा दिवा कधी लागला नाही.

निरांजनातली वात वेडीवाकडी जळत असावी. सूक्ष्म धुराची रेघ नेम धरून एका डोळ्यात शिरत होती. वात सारखी करायला पुढं केलेल्या हाताची सावली माकडाच्या पंज्याप्रमाणं भिंतीवर विद्रूप हलली. आणि हात मागं घेताना भिंत उतरून अंगावर चढली.

त्या सावलीच्या हालचालीनं काळोख्या देवघरात दुर्गाक्कांना भयाण वाटलं. उठून स्वयंपाकघरात येऊन त्यांनी तांदूळ वैरले. उपासादिवशी भाताच्याच नव्हे, तर शिजणाऱ्या तांदळाच्या वासानंही त्यांना मळमळून येई. आताही तसंच झालं. मनातली सारी मळमळ दपटीत त्यांनी घरकाम आवरलं, शंकरतात्यांना भरवलं आणि आकाशात भेलकांडत वरवर चढणाऱ्या चंद्राकडे पाहत आपल्या एकाकी शय्येवर पसरून दिलं.

बिछान्यावर अस्ताव्यस्त पसरलेल्या देहाला जाग आली, तेव्हा शंकरतात्यांच्या अंगावर चंद्राचा प्रकाश पडलेला होता. पहाट व्हायला अजून कितीतरी वेळ असणार. तोपर्यंत अंथरुणावर असंच हताश पडून राहायचं. आठ महिन्यांपूर्वीचा तो क्षण आठवीत...

तिन्हीसांजेला हातपाय धुऊन मोरीतून बाहेर येता येता डोक्यात पडू लागलेला घण. त्याखाली सापडून घट्ट खेचल्या गेलेल्या शरीरातल्या साऱ्या नसा. ताण एक तसूभर वाढला की अखेरचा फास, ही खात्री पटतापटता ऐकू आलेला दुर्गेच्या पायांचा धप्पधप्प आवाज. तत्क्षणी नसा आणि गाठ यांची तट्ट फारकत. मधला

आधारखांब उपसून काढल्यावर कोसळून भुईसपाट झालेल्या तंबूच्या लुळ्या फडक्यासारखा विसविशीत देह.

तेव्हापासून डोळ्यांची पिटीपिटी उघडझाप. छातीचा खालीवर हलणारा भाता. अन्नपाणी समोर आलं की, कष्टानं उघडमीट करणारे उसवलेले ओठ. अर्धे अंग बंद पडलं तसंच अर्धं मन बंद पडतं तर बरं होतं. उत्तरायुष्यातल्या क्लेशकारक आठवणीसुद्धा नकोत. फक्त पहिल्या अर्धुकातल्या आठवणी.

राजसरुपाळ्या आईच्या छायेखाली गेलेलं निर्भर बाळपण. शुक्लपक्षातल्या चंद्राच्या नाजुक मुद्रेची सुभद्रा. लहानगा नारायण. ऐन तारुण्यातली ती मृदुमधुर वर्षं! त्यांत दु:खं नव्हती असं नाही. पस्तिशीतच आई गेली. पण तेल संपत आल्यावर वात विझत यावी तसा तिचा शांत समाधानी मृत्यू. स्वत:च्या आईची करावी अशी सुभद्रेनं तिची केलेली शुश्रूषा.

मात्र नंतर सुभद्रेला तेच दुखणं झालं. आणि तेव्हापासून अपराधीपण पदरी आलं ते कायमचं. पण त्या वेळी आपल्या आयुष्याचे दिवस ओचकारून सुभद्रेला पांघरायला द्यावेत असं वाटे. तिला कणकण झिजताना पाहून स्वत:च्या ढीगभर निरुपयोगी रक्तामांसाचा तिरस्कार येई. 'तुझ्याऐवजी मला हे दुखणं झालं असतं तर बरं झालं असतं.' म्हटल्यावर ओठांवर हलकं बोट टेकवीत, "मी चांगली अहेवपणी जात्येय. तुम्ही कशाला?" असं संतुष्ट मुद्रेनं म्हणाली.

क्षय... राजयक्ष्मा. राजविलासी दुखणं. त्याचं नाजुक पथ्य. फिकट सुकुमार हातांनी लालचुटूक डाळिंबाचे दाणे उचलायचे. ते ओठांत सरकवताना सुभद्रेचे दात लख्ख चमकायचे. दुखण्यात थकत गेलेली तिची नाजुक पावलं इतकी हळुवार पडत, की मागून येऊन तिनं हात खांद्यावर ठेवले तर अंग काढून दचकायला व्हायचं. या इंद्राणीला तसलं काही नाही. दणादण वाजणारे पाय. फताड पायांवर, उपासांना न जुमानता, आडवारून वाढलेला देह.

दुर्गेची आई अगदी नाडली गेली होती, हातीपायी पडून विनवण्या करीत होती हे खरं. पण तेवढ्या निमित्तानं हातून परोपकारच होतोय, शिवाय पोरक्या नारायणाला आई मिळेल, असली स्वत:ला हूल देत हे लग्न केलं. तसं तर नारायण आईविना मुलगा, आणि ही मुलाविना आई. पण तिला सांगड घालायची शुद्धी आली नाही.

दुर्गेला कसली कृतज्ञता कधी शिवलीच नाही. इतक्या प्रयत्नानं आईनं लग्न जमवून दिलं, तिच्याबद्दल रागसंताप. अगदी निष्ठूर आवाजात 'त्यापेक्षा तिनं माझं लग्न केलंच नसतं तर कुणाचं बिघडणार होतं?' असं म्हणायला तिला कसली व्रतं आडवी आली नाहीत. आपल्याविषयीचे कढ तर कधीच निवले नाहीत.

वास्तविक आपलं वय जरा जास्त खरं; पण आपण ती म्हणेल ते करायला तयार होतो. पण काही विचारा, 'नको' हे उत्तर!

"तुला लुगडी घेऊ या?"

"नको."

"नव्या बांगड्या करतो."

"नको."

"राहायला नवी जागा पाहू या?"

"कशाला हवी नवी जागा?"

"निदान घराला रंग देऊ या?"

"तुमची मर्जी."

नाही म्हणायला काशीला जाऊन येऊ म्हटल्यावर एकदा उत्साहानं आली. आपल्याला वाटलं, विश्वेश्वराच्या दर्शनासाठी असेल. पण देवळातलं देणं एकदा दिल्यावर काशीतल्या घाणेरड्या बोळकाड्यांतून चार दिवस वणावणा महारोग्यांची तोंडं पाहत हिंडली. कुठं महारोगी भिकारी दिसले, की दुर्गेचे डोळे चळल्यासारखे भिरीभिरी फिरत. तिला हवा होता फक्त तो महारोगी बाप! वास्तविक लक्ष्मीसारख्या रूपागुणांची आई. बाप तसा टाकून गेल्यावर, धीर धरून तिनं एकटीनं सारं सांभाळलं. हिमतीनं पोरीचं लग्न लावून दिलं. ती मृत्युशय्येवर पडली तर, "आता ही लवकर मेली तर स्वत: सुटेल आणि मलाही सोडवील." असलं बिनदिक्कत बोलत असे. म्हणजे आता आपल्याबद्दलही तशीच इच्छा तिच्या मनात असणार की!...

पहाट झाली. आत्तापर्यंत अंगावरचं चंद्रप्रकाशाचं पांघरूण सरकून पायागती गेलं होतं. स्वयंपाकघरातून स्टोव्ह पेटवल्याचे, चहासाखरेच्या डब्यांचे परिचित आवाज ऐकू येत होते. चहा घेऊन येणाऱ्या दुर्गेच्या धपाधपा पावलांचा आवाज ऐकताना जीव कानात गोळा झाला, तेव्हा शंकरतात्यांचं मन शरमेनं आकसून गेलं. नकाशा काढल्याप्रमाणं जमिनीवर अंथरलेला हताश देह अजून क्षणोक्षणी अन्नपाण्याची उत्कट वाट पाहतो याची अलीकडे फार शरम वाटू लागली होती. आपल्याला भरवायला दुर्गा मुद्दाम उशीर करत्येय. तिच्या आधीन झालेल्या शरीरावर आता जन्मभर मनात जोजावलेला सूड उगवत्येय, असल्या शंकांनी कढत संताप येत असे. पण चहाचा पहिला घोट, भाताचा घास तोंडात उतरला की, ही सगळी तळमळ चिप्प निपचित पडत असे. मनुष्यजन्म असून गोळाभर अन्नासाठी लाचार लोळण नशिबी आली होती.

बरोबरच आहे! जन्मभर कणकण अपराध साठवले. तोंडातले दात झडले, पाठीतली काठी पिचली, तरी दुर्गा उपासतापास नीट करत्येय की नाही, आपलं

आयुर्मान वाढावं म्हणून झटत्येय की नाही, हा पहारा करीत वर्षं घालवली. त्याचा सूड म्हणूनच शरीरातली चिंबलेली कांबही निसटून पडली. रक्त संपल्याजागची जळूसुद्धा गळून पडते; पण आपला जीव मात्र चिकटपणानं या मढे-देहाला शोषून घ्यायला पाहतोय. अन्नपाणी वर्ज्य करून आता देहत्याग करावा, असला आत्यंतिक विचारसुद्धा मधूनमधून डोकावत असे. पण तोंडी पडणाऱ्या घासाला विरोध केला तर ही रंभा जरासुद्धा आग्रह धरायची नाही, भुकं मारील, या शंकेनं तो धीर झाला नव्हता. पण काय हरकत आहे भुकं मेलं म्हणून?...

नित्याप्रमाणं चहाच्या गरम वाफा ओठांजवळ खुणावू लागल्या होत्या. पण दुर्गेकडे एकदाच पाहून शंकरतात्यांनी ओठ घट्ट मिटून घेतले.

दुर्गाक्कांना उठायलाच उशीर झाला होता. हे अघटितच. असं कधी होत नसे. धसक्यानं अगदी पहाटेच जाग येत असे. हा दिवस किती महत्त्वाचा. हा दिवस निभला म्हणजे एक वर्ष निभलं. येत्या वर्षाची तरी चिंता नाही. पहाटे उठून पूजासाहित्याची निगुतीनं तयारी करून बाहेर पडायचं. गावाबाहेरच्या वडाकडे फेरा. तीनचार मैलांची अनवाणी रपेट. अगोदरच्या चारपाच दिवसांच्या उपासानं पोट खंगाळलेलं असायचं आणि परतून येताना पेटतं ऊन तळपाय भाजून काढायचं. आज बेसावध झोप लागली. दरवर्षीप्रमाणं धसक्यानं जाग आलीच नाही. इतका उशीर झाला की, चहाचं काय बिघडलं ते पाहायला, हवा तर पुन्हा करून द्यायला सवडच नव्हती. पूजेच्या ताम्हनात निरांजन, हळदकुंकू ठेवून बाहेर पडता पडता धांदल झाली.

गावाबाहेरचा, आसपासच्या सगळ्या परिसरावर हिरवं छत्र धरल्याप्रमाणं पसरलेला वड आता ओसाड झाला होता. गुन्हेगाराचे हातपाय तोडून टाकावे, तशा तोडून टाकलेल्या चार जाड फांद्या आजूबाजूला अस्ताव्यस्त पडल्या होत्या. त्या फांद्यांचेसुद्धा नुसते जाड गाठीगाठीचे बुडखेच. पानांनी भरलेल्या डहाळ्या काढून नेलेल्या होत्या. वडावर अलीकडे कित्येक वर्षं वर्दळ नसेच! पहाटेपासून येऊन बसणारे गोविंदभटजी पूर्वी बायकांना ताटकळत ठेवीत. दहापंधरा बायकांना एकदम पूजा सांगत. म्हातारे गोविंदभटजी केव्हाच वारले. हाताला घड्याळ बांधून तुरुतुरू चालणारा माधवभट धंदा चालत नाही, म्हणून पुण्याला गेला. नाही म्हणायला तोतरा श्रीपादभट राहिला होता. एक खेप वडाकडे टाकून मग गवळ्यानं दुधाचा उकाडा घालावा, त्याप्रमाणं वर्दी दिल्या घरोघरी तो पूजा सांगायला जात असे. नशिबानं तो जागेवर होता. चार बायकांच्या ओतप्रोत कवेत मावेल अशा बुंध्याला

एकटीनं चिमूटभर हळदकुंकू, गंधफूल वाहताना, सूतवस्त्र गुंडाळताना, हत्तीला बुडकुल्यानं न्हायला घालायला बसल्याप्रमाणं निष्फळ वाटत होतं. 'पण निदान यंदाची पूजा घेतलीन वडानं. आणखी एक वर्ष धकेल!' या समाधानात दुर्गाक्का माघारी फिरल्या. गार छत्रधरल्या वडाखालून बाहेर पडून तळपाय पेटवणाऱ्या उन्हात चालायची दरवर्षीची सवय. पण यंदा भोवतालची भुई भुरभूर पावसानं भिजलेली. वडाची हिरवी छत्री झडली असली, तरी आभाळानंच गार छत्र धरलेलं. पण हे ध्यानी यायच्या आत मथूमावशी सामोरी आली आणि हृदयात चऽर्र झालं. बरं तर बरं, पूजेला जाताना भेटली नाही. प्रेमाची झाली तरी अगदी तरुणपणात नवरा आणि आता तर मुलगासुद्धा गिळून बसलेली तांबड्या आलवणाची ती!

"काय गो दुर्ग्ये, जेवायला काय करणारेस आज?"

मथूमावशीचं बोळक्या तोंडातलं विचूक बोलणं, गेली सातआठ वर्ष ओळखीचं असूनसुद्धा दुर्गाक्कांना ऐकवेना. तिला कसंबसं उत्तर देऊन, धापा टाकीत त्या पुढं झाल्या. आपल्या मागून ती येत्येय की काय या शंकेनं चारदा मागं पाहिल्याशिवाय त्यांना राहवलं नाही.

मात्र मथूमावशीनं जेवायला काय करणार म्हणून विचारल्यावरच दुर्गाक्कांना स्वयंपाकाची आठवण झाली. चारपाच दिवस उपास केलेले असून आज आतडी कुरतडीत नाहीत. ज्येष्ठ महिना अर्धा झाला तरी पायाखालची भुई पेटलेली नाही. गोंडस ढगांनी ओथंबून आलेलं आकाश. पावसाच्या पहाटसरीनं हवेत आलेला गारवा. सगळंच विपरीत.

स्वत:ला भूक नव्हती तरी गेल्या चारपाच दिवसांत ह्यांना दोन्ही वेळा आपण फक्त भाताचे गोळे भरवले; पहाटेचा चहा असोशीने पिण्याची सवय असून आज त्यांनी घोटदेखील घेतला नाही, ही आठवण झाली. आज मात्र घरी गेल्यागेल्या तोंडाला चव येईल असा साळढाळ स्वयंपाक करण्याचं ठरवीतच त्या घरात शिरल्या.

स्वयंपाक आटोपता आटोपता, लोटलेलं दार उघडून नारायण आला होता. आल्या आल्या नेहमीच्या नियमाप्रमाणं बापाजवळ बसून, त्याचा हात हाती धरून, आपल्या मुलाबाळांच्या हकिगती सांगत होता.

"अरविंद जमशेदपूरला गेलाय... कुमुदकरता सुभेदारांकडे विचारलंय. बघायला येतील चारदोन दिवसांत. तिचं एकदा तुमच्या देखत लग्न व्हावंसं मनात आहे..."

या सगळ्याला प्रत्युत्तर म्हणजे शंकररावांचं पिटीपिटी बघणं आणि मधूनच बाहेर पडणारा एखादा हुंकार. सात महिन्यांत दुसऱ्याला समजेल असा एक शब्दसुद्धा ओठाबाहेर न पडलेल्या माणसाबरोबर नारायण इतक्या अगत्यानं एकतर्फी बोलत

राहू शकतो याचं आश्चर्य दुर्गक्कांना परत एकदा वाटलं.

शिवाय सगळं सांगूनबोलून झाल्यावर 'सांगितलेलं सगळं समजतं तात्यांना' हे नारायणाचं नेहमीचं खाजरं वाक्य आलंच! पण आज दुर्गक्कांना तो चिमटा बसलाच नाही. "असेलही समजत!" त्यांच्या मनात आलं.

स्वत:ला उपास असूनही केलेला साग्रसंगीत स्वैपाक समोर मांडलेला होता आणि नारायण आला होता. किती वर्षांत आपल्या हातचं जेवला नाही, आठवतदेखील नाही.

"आज जेवून जातोस का नारायणा?" नकळत शब्द आले.

हे काय विलक्षण?- अशा विचारानं नारायण गोंधळला. आजपर्यंत कधी असली विचारपूस नसे.

"पण आज तर तुमचा कडकडीत उपास असेल अक्का!"

"स्वैपाक केलेला आहे सगळा." शरमल्या सुरात दुर्गक्का म्हणाल्या.

मायेत गुंतू नाही, कर्तव्याला चुकू नाही, अशा प्रकारानं बारातेरा वर्षं दुर्गक्कांनी आपल्याबरोबर अळवाच्या पानाप्रमाणं काढली. जाच केला नाही, लोभ लावला नाही. बावीसतेविसाव्यात आपण चाकरीनिमित्तानं दूर झालो. मग नंतर गावी परतल्यावरही सवतासुभा चालूच ठेवला. अक्कांनीही 'इथंच राहायला ये', 'एकत्रच राहू की' असलं काही म्हटलं नाही. त्यांच्याकडून रीतीचं विसरलं नाही; उमाळ्याचं झालं नाही.

पण आईच्या मृत्यूनं उरलेल्या मनावर अक्कांनी फुंकर घातली नसली, तरी अंथरूणपांघरूण, जेवणखाण पाहणं, बारीकसारीक आजार निपटणं त्यांना करावं लागलंच. फार प्रकाश न दिला तरी स्वत: मात्र जळून संपणाऱ्या मिणमिणत्या मेणबत्तीप्रमाणं त्या सतत उभ्या होत्या हे आपण कधी स्मरलं नाही, या विचारानं नारायणाला शरमिंदं झालं. भरल्या वांग्याची आपल्याला फार आवडणारी भाजी किंवा काकडी घालून जिऱ्याची फोडणी दिलेली ताकाची कढी 'तुझ्याकरता केली आहे' असं शब्दांनंच काय, पण दृष्टिक्षेपानंसुद्धा न दाखवता त्यांनी किती वेळा वाढली होती त्याची याद आली. आईपारख्या लहानग्या वयात म्हाताऱ्यापदरी पडलेल्या, पोटचं पोर नसलेल्या अक्कांच्या एकाकी मनाची कल्पना आली नसली तरी पन्नाशीनंतरच्या प्रौढ पक्वपणीसुद्धा आपण त्यांना आधारानं विचारलं नाही, या विचारानं नारायणाला गलबलून आलं.

बायको वाट पाहील, कदाचित रागावेल, हा विचार मागं सारत, पोटउमाळ्यानं तो म्हणाला, 'जेवतो आज इथंच अक्का. पण आता एक करा, इथलं हे सारं एकटीनं बघण्याचा हट्ट सोडून दोघंही माझ्याकडे चला.'

त्याला दिसू नये असं तोंड झर्रकन फिरवून, उत्तर न देताच दुर्गाक्का आत गेल्या.

किती दिवसांनी उपासाच्या दिवशी, खरकट्याचं जेवण नारायणाला वाढताना दुर्गाक्कांना मळमळून आलं नाही. जेवण झाल्यावर नारायणानं स्वतःच तात्यांना भरवायला घेतलं, तेव्हा खूप दिवसांनी आपलं एक कंटाळवाणं काम कुणी हलकं केल्याच्या संतुष्ट समाधानानं त्या दोघांशेजारी बसून राहिल्या. भरवताना अगदी सुरुवातीला शंकरतात्या तोंडच उघडीत नव्हते. नारायणानं परत परत आग्रह केल्यावरच त्यांनी घास घ्यायला सुरुवात केली, हे त्यांच्या ध्यानात आलं की नाही कुणास ठाऊक! पण बिछान्याला खिळल्या दिवसापासून आज पहिल्यांदा शंकरतात्यांना जेवताना पाहून उमासा आला नाही. उलट, आग्रहानं त्यांनी पानात दोन घास जास्त वाढले.

नारायण गेल्यावर मात्र उरलेला सगळा दिवस एकदम अंगावर कोसळला. नारायणाचं परकेपण अवघड जागच्या गळवागत जोंबाळलं होतं. ह्यांच्याविषयीच्या संतापाचा, नारायणाबद्दलच्या कडू दुजाभावाचा सुंभासारखा पीळ वळत संसार केला होता. तो पीळच सैल पडला तर आधार कशाचा? तेवढ्या आधारावर आजपर्यंत कधी एकटं वाटलं नाही. कुणाला सोबतीला बोलवायची गरज भासली नाही. गेले आठ महिने तर कुणाशी न बोलतासवरता घरातल्या घरात घुम्यानं काढले. नारायण चार दिसा आला तरी उपचारापलीकडे शब्द केला नाही. आणि आज एक वेळ 'बस' म्हटल्या, आपल्या हातचं जेवून गेल्याबरोबर आपला असा शेणगोळा झाला! सगळंच विपरित. इतके दिवस एकटीनं काढले. अण्णा गेले आणि माहेर संपलं. सासरी तर कपाळी टेकलेल्या लालभडक कोरड्या पिंजरेखेरीज कशाचा आधार वाटलाच नाही. नाही म्हणायला मनोमन सावित्रीची सोबत असे. पौर्णिमेच्या अगोदरचे हे दोनतीन दिवस तर सारखा संवाद चालू असे. प्रश्नोत्तरांच्या फैरी झडत.

"तू केलंस ते स्वतःहून वरलेल्या बरोबरीच्या प्रियकरासाठी. पण तसं काही नसून मी तुझ्यापरतं आक्रीत करून दाखवते बघ!"

ती उत्तरं द्यायची, चिथवायची, समजूत घालायची. तिच्या लुगड्याची सळसळ शेजारी सतत ऐकू यायची.

पण हे सारं सुरुवातीच्या वर्षातलं. गेल्या काही वर्षात या वादंगाचा जीव मरगळला होता. तिचं जाणंयेणं मंदावलं होतं.

आणि मग डोक्यात प्रश्न बुडबुडू लागले होते. जिच्यावर कुरघोडी करण्याची मनीषा धरली, त्या सावित्रीनं तर जाणूनसमजून वर्षसुखाच्या बोलीवर अखंड वैधव्य

पत्करलं होतं. तिनं त्रिरात्रव्रत केलं! का बिचारीला पाण्याचा घोट गिळवेनासा झाला असेल? नवऱ्याच्या प्रेताबरोबर सती जाण्याचे संकल्प न करता त्या दैत्यदेवामागं ती मुकाटपणे चालत राहिली. चूलबोळक्यांतून नुकत्याच बाहेर पडलेल्या त्या पोरीनं मागितलं ते सारं त्यानं गाफिलपणं दिलं. गाफिलपणं दिलं? का मागावं ते मिळतंच? तिला मागितलेलं मिळालं? चेतनेचे टाके उसवलेलं बाहेरच्या बिछान्यावरचं ते जड शरीर, जोपर्यंत हवेचे चुळुकचुळूक बुडबुडे सोडतंय, तोपर्यंत मागितलेलं आपल्यालाही मिळालेलं आहेच की!

आणि त्या एका वर्षानंतर पुढं काय झालं? नवऱ्याच्या धडधाकट देहाकडे पाहून 'ही माझी पुण्याई' चा अहंकार सावित्रीनं जोपासला नाही? आयुष्यातल्या प्रत्येक सुखक्षणावर अधिकाराची उग्र मुद्रा उमटवली नाही? किती चांगला झाला तरी तो नवरा तिला खुजा दिसला नाही?.. आणि उरलेलं आयुष्य? ते राजाराणीच्या गोष्टीसारखं सूतसरळ, सुखानं गेलं? ती अहेवपणी गेल्यावर त्यानं पुढं काय केलं? तो झुरून मेला? सती गेला? की इतक्या महान बाईलेच्या तावडीतून सुटल्यानं त्यानं मोकळ्या आनंदानं अंग हलवीत पुढचे दिवस काढले?...

निकरट तिरक्या विचारांत किती वेळ गेला, कळलंच नाही. दिवेलागण होऊन गेली होती. देवघरात निरांजन लावून दुर्गाक्का शंकरतात्यांना भरवायला बसल्या.

जाग होती पण जेवण वाढून आणलं तर ताटावर वखवखलेली नजर नाही. तोंडाला शितं लागली, तरी ओठांची शिवण उत्सुकपणे उसवली नाही. अंथरुणाला खिळल्या दिवसापासून बोलणं तर बंदच होतं. पण आज त्या असहाय चेहऱ्यावरचे घट्ट मुडपलेले ओठ पाहताना उरातला झरा पाझरू लागला.

"काय झालंय आज?

"बरं नाही का जिवाला अगदीच?

"थोडा मऊभात तरी खायचा होता-"

शंकरतात्याच्या रोखून पाहणाऱ्या तांबारनजरेत जराही फरक झाला नाही. हुंकार देण्यापुरतीसुद्धा घशाची हालचाल नाही. नारायणाच्या वाक्या-वाक्याला हुंकार असे. तेवढ्या हुंकारावरून नारायणाला हव-नको कळत होतं. आणि इतकं कडक व्रत करून पंचेचाळीस वर्षं जेवू घातलेल्या नवऱ्याला काय हवं ते आपल्याला कळत नाही या विचारानं दुर्गाक्कांना उमळून आलं. महिनोगणती बिछान्याला चिकटलेलं शरीर. किती उलघाल होत असेल, दुखतटोचत असेल. हवं-नको सांगावसं वाटत असेल. आपलंच चुकलं. नारायणाकडे जाऊन राहायला हवं होतं. आज सकाळचा चहा नाही. आता भाताला घट्ट मुडपलेला नकार. आज काय झालं होतं? पण दुपारी तर जेवले होते आणि हा दुपारचाच झाकून ठेवलेला भात. ताजा

भात केला नाही म्हणून रागावलेत? का उन्हाच्या या दिवसांत भात आंबलाय? चटदिशी दुर्गाक्कांनी एक शीत तोंडात टाकलं आणि त्यांचे डोळे विस्फारले.

"मी तुझ्यापुरतं आक्रीत करून दाखवते बघ!" अनेकदा मनोमन उच्चारलेले शब्द वणव्याप्रमाणं लालपिवळ्या ज्वाळांनी त्यांच्याभोवती नाचू लागले.

आक्रीत! हातनं हे आक्रीत व्हायचं होतं. एकभुक्त मथूमावशीला खा खाईची, जिवाला जपणाऱ्या शंकरतात्यांना लुळ्याबुळ्या आयुष्याची आणि उपासव्रतांचा डोंब उठवणाऱ्या आपल्याला हीच सजा व्हायची होती.

हातनं घडल्या पापाचं पुरं माप जिवाच्या आकांतानं पत्करीत दुर्गाक्कांनी भाताचा एक घास आपणहून तोंडात घेतला.

बायकोकडे एकटक पाहणाऱ्या शंकरतात्यांचे डोळे भीतीनं विस्फारले. तिला अडवायला आवेगानं उचललेले हात हताशपणं खाली पडले.

थंड गर्द निळं आकाश गोंडस ढगांची कापूससावरी शाल धरून जवळ येऊन थबकलेलं होतं. पूर्ण भरलेल्या घड्यासारखा वाटोळा चंद्र मृदुपणानं सारं पाहत क्षितिजाजवळ तरंगत होता.

◆◆◆

१३. शुद्ध

लॅच-कीनं हलकेच दार उघडीत तो अंग चोरीत घरात शिरला आणि बूट काढू लागला. पोलिसी कुत्र्याला वास यावा तसा तिला त्याच्या लॅच-कीचा आवाज ऐकू येत असावा. मागावर असल्याच्या वेगानं ती आतून बाहेर आली. त्याच्या हातातली बॅग काढून घेताना तिचा हात सलगीनं बोटांवर रेंगाळून गेला.

"दमला असाल. बसा. चहा आणते."

आरामखुर्चीवरच्या उशांवर तिनं हात फिरवले. समोर पाय ठेवायचं छोटं स्टूल ठेवलं.

तो काही इतका दमून आला नव्हता, पण तिची ती लगबग पाहून मात्र त्याला गळल्यासारखं वाटायला लागलं.

खरं तर इतकी लगबग तिला झेपत नव्हती. ही दुसरी खेप. त्यातून सातवा महिना. पुढं आलेलं ओघळलेलं पोट. पोटाच्या वजनानं मागं झुकून ताठरलेले खांदे. उतटून ब्लाउजमध्ये न मावणारं ऊर. त्यामुळं वेडावाकडा ताणला गेलेला ब्लाऊज. एक पाय ओढीत होणारी चाल. सारं बैडौल दिसत होतं.

उतावीळपणं चहा हातात देत ती त्याला चिकटून बसली. बाहेरून आल्यानं चिकचिकीत असलेलं अंग आणि तिच्या ओघळलेल्या घामट देहाची जवळीक. तिचा धक्का लागल्यानं हिंदकळून बशीत सांडलेला चहा.

एक घोट घेतल्यावरच चहा आजही फार गोड झाल्याचं त्याच्या लक्षात आलं. पण तो काहीच बोलला नाही. ते सारं अनेकदा म्हणून झालं होतं. आता पुन्हादेखील तेच उत्तर आलं

असतं,

"मला नं, अलीकडे गोडच चहा प्यावासा वाटतो."

हेलकावा देऊन 'नं' म्हणण्याची लाडीक लकब. सुरुवातीला फार आवडलेली.

"अगं, पण मला कशाला?"

"तुम्हांला सोडून मी एकटी कसा घेणार चहा?"

असल्या चिकटप्रेमळ संभाषणाची आणखी एक आवृत्ती निघाली असती.

घाईनं चहा संपवून तो चूळ भरायला उठून गेला आणि आल्यावर सावधपणानं सरळ पाठीच्या अरुंद खुर्चीवर बसून राहिला. हातात एक पुस्तक धरून. पुस्तकाच्या आड स्वतःला लपवीत.

सुट्टी लागली असली तरी नीताला पुण्याला तिच्या मामाकडे पाठवण्यात चूकच झाली होती. ती घरी असती तर थोडाफार बचाव झाला असता. तिचं बोलणं ऐकण्यात, तिच्याशी खेळण्यात आपला वेळ गेला असता. नीताचं जेवणखाण पाहण्यात ती देखील गुंतून पडली असती. पण तिनं नीताला पाठवायचं ठरवूनच टाकलं होतं. नीता त्या अपेक्षेनं उल्हसून फार उड्या मारीत होती. आयत्या वेळी नाही म्हटलं असतं तर तिचा विरस झाला असता. वेळीच ध्यानी आलं नाही. चुकलंच.

जेवण... जेवताना तर काही चेहऱ्यापुढं पुस्तक धरून त्याच्याआड लपता येत नाही.

"घ्या ना भजी आणखी. तुम्हाला आवडतात म्हणून मुद्दाम केली."

"अगं, कशाला केलीस मुद्दाम एवढी भजी? तुला आता झेपणार आहे का ही दगदग?"

यावर सारे श्रम सार्थकी लागल्याचा कृतकृत्य दृष्टिक्षेप. खरकट्या हातानं आपल्या पानातलं भजं त्याच्या ताटात सरकवणं. सारंच नको नको झालं होतं.

फक्त सात वर्षं... तेव्हा ती अवघी बावीस वर्षांची. सतेज. मोहक. सतत धडपडत राहणारी. ऑफिसामध्ये क्लार्कची टेंपररी जागा होती. इंटरव्ह्यूला आली, तेव्हाच लक्ष वेधून घेतलं तिनं.

"मला पर्मनंट नोकरी करायचीच नाहीये सध्या. फीचे पैसे मिळाले, कॉलेजचा खर्च बाहेर पडला की झालं."

"एम.ए. करताहात का?"

"हो, क्लास मिळाला तर कॉलेजात शिकवावं असा विचार आहे."

तिच्या धडपडीचं कौतुक वाटलं होतं. इंग्लिश घेऊन बी. ए. झालेली मराठी

मुलगी. कारकुनीवर समाधान न मानणारी. स्मार्ट, पण स्त्रीत्व गमावलेली धटिंगण नव्हे. चर्या बोलकी. नजर धीट. ती धिटाईसुद्धा कोवळी. नाजूक.

आपण त्या कोवळेपणानं मोहून गेलो.

नाहीतर वयाच्या पंचविसाव्या वर्षापासून बोलणी चाललेली असत. इंजिनियर मुलगा. लार्सन अँड टुब्रोसारख्या कंपनीत लठ्ठ पगाराची नोकरी. कसली जबाबदारी नाही. सारख्या मुली सांगून येत.

"अरे, ती जोश्यांची मुलगी... दहा हजारांत सुरेख आहे. तुला नाही पसंत पडली, तर नकार दे... जबरदस्ती थोडीच आहे? पण पाहायला काय हरकत आहे?"

मुलगी 'पाहायला' जाऊन लग्न करण्याचा विचारच कधी शिवला नाही मनाला. तसलं लग्न म्हणजे आपल्या पदवीचा मुलीच्या बापाच्या पैशाशी, प्रतिष्ठेशी झालेला शरीरसंबंध!

"मुली पाहायला तयारच होत नाही हो. तसा थोडा वेगळाच आहे स्वभावानं... तरुणपणी एकदा हिमालयात पळून गेला होता..."

"हो का? भांडून का गेला?"

"हिमालयात जायचंय म्हणाला. वडील परवानगी देईनात. मग गेला पळून. मोठं भांडणबिंडण नव्हे... छान आहे आता बापलेकांचं."

"आणि इतकी वर्षं लग्नाशिवाय राहिलाय ते? 'तसलं' काही आहे का काय?"

"नाही हो. तसलं काही नाही. लग्नाचं मनावरच घेत नाहीये झालं."

शिवाय लग्नेच्छू मुली स्वत:ही डोळा ठेवून असत. मित्रांच्या बहिणी, बहिणींच्या मैत्रिणी, ऑफिसामधल्या मुली– पण ऑफिसातल्या मुलींच्या नजरेत, समाजात वावरताना भेटणाऱ्या मुलींच्या बोलण्यात, तेच व्यवहारी हिशेब दिसायचे.

ऑफिसमधल्या त्याच्या एका सहकाऱ्याला गटवणारी स्टेनो लग्नाचं आमंत्रण द्यायला आली तेव्हा तो सहज म्हणाला होता,

"तुम्ही नोकरी सोडताहात ते चांगलंच आहे मिस पटेल. पुढं शिकण्याची इच्छा होती ना तुमची? मग आता तुम्हांला चांगली संधी आहे."

"पुढं शिकायचं ते चांगली नोकरी मिळावी, भरपूर पैसा असावा म्हणूनच ना? आता काय जरूर आहे मला पुढं शिकण्याची?"

तिचे ते चरबट तृप्तीचे उद्‌गार ऐकून अंग शहारलं होतं.

लग्नाच्या बाजाराची ही पार्श्वभूमी. या पार्श्वभूमीवर बेफिकीर स्वतंत्रपणं जगण्याची तिची उमेद लोभस वाटली होती.

"आईवडील खूप मागं लागलेत लग्नासाठी, पण एम.ए. झाल्याशिवाय मला विचारच करायचा नाहीये. मी सांगून टाकलंय त्यांना."

तिनं मोकळेपणानं सांगितलं होतं.

आपल्याला ते एक आव्हानच वाटलं. एम.ए. च्या परीक्षेच्या आधीच तिच्याकडून होकार घेईन!

त्याचं प्रियाराधन सुरुवातीला नुसतं विनोदी झालं होतं. एक तर तिला वेळच नसायचा. ऑफिस, एम.ए. ची लेक्चर्स व शिवाय अभ्यास. मोकळा वेळच नसे. ऑफिसातून दोघंही योगायोगानं एकदम बाहेर पडल्याचा बहाणा करून तो अधूनमधून बरोबर जाऊ लागला.

वाटेनं चालताना ऑफिसमधल्या गप्पा –

"माझ्या अगोदर असलेली क्लार्क, ती परेरा–आज लग्नपत्रिका घेऊन आली होती तुमच्या नावची... पंधरा तारखेला लग्न आहे तिचं... पण वरती 'मिस्टर अँड मिसेस' असं लिहायला मात्र विसरली..."

म्हणजे? ऑफिसात येऊन महिना होऊन गेला तरी तिला अजून आपलं लग्न झालेलं नाही याचा पत्ता नाही? तिनं चौकशी केली नाही? कुणीच आपणहून तिला सांगितलं नाही?

चालताना थट्टामस्करी, हास्यविनोद असाच वेळ जाई. एक दिवस बोलणं हवं तसं वळवीत, आपल्या मते योग्य संधी पाहून त्यानं तिचा हात हलकेच हातात घेतला. तर दहाबारा वर्षांची मुलं हातात हात अडकवून त्यांना झोके देतात तसे दोनतीनदा हात हलवून तिनं सोडवून घेतलं होते. एकदा आजूबाजूला नीटसा एकांत पाहून त्यानं तिच्या अंगाभोवती हात वेढण्याचा प्रयत्न केला, तर बोलत्या वाक्यात खंड न पाडता, निरागस चेहऱ्यानं तिनं हात काढून बाजूला केला होता... सगळे परकऱ्या पोरीसारखे विभ्रम.

प्रीतिभावनेला ती सन्मुख होईना आणि तिच्या त्या कमनीय पाठमोऱ्या आविर्भावांवरच आपला जीव खुळावून गेला. एकच ध्यास– 'हिला सन्मुख करीन. हिला उमलवीन. सर्वस्वानं माझी करीन.'

...नंतर मात्र मान उचलून आपल्या नजरेला नजर द्यायला लाजली होती. आपल्याला 'सर' न म्हणता नावानं हाक मार म्हणून हट्ट धरावा लागला होता. खूप आग्रह केल्यावर लाललाल होत तिनं हळूच हाक मारली, तेव्हा आपलंच नाव पूर्वी कधी न ऐकल्यासारखे रोमांच आले होते.

लग्नानंतर आणखीच वेगळा प्रसंग. पहिल्या रात्री नि:संकोच वागत होती. आपल्याला आश्चर्यच वाटत होतं. नाजूक, लुसलुशीत ओठांची चुंबनं तिनं मनमुराद

दिली. पण नंतर... अगदी भ्याली. थरथरू लागली. अंगाला हात लावू देईना. म्हणाली,

"मला नव्हतं हे माहीत."

"अगं, पण तू तर वाङ्मयाची विद्यार्थिनी. कसं कळलं नाही कधीच तुला? शंकासुद्धा आली नाही? कधी कुणा मैत्रिणीला विचारलं नाहीस? कुणी आपणहून तुला सांगितलं नाही? लग्नाअगोदर आईनं नाही सांगितलं?"

आपल्या प्रत्येक प्रश्नानंतर हलणारी नकारार्थी मान. डोळ्यात आसू.

"मला जर हे माहीत असतं, तर कधीच लग्न केलं नसतं मी..."

"माझ्याशीसुद्धा?"

असं म्हटल्यावर विरघळली. घट्ट बिलगून उभी राहिली.

वयाच्या अकराव्या-बाराव्या वर्षी स्त्री-पुरुषसंबंध म्हणजे काय हे प्रथमच ऐकल्यावर शिसारीनं मन भरून गेलं होतं, त्याची नशिबानं चांगली याद होती. अगदी सहजतेनं तिच्या थरथरणाऱ्या शरीराभोवती धीराचा हात वेढून म्हटलं होतं,

"तुला रुचेपर्यंत 'तसलं' काही नाही."

"खरंच?"

"अगदी खरं."

"आणि मला कधीच तसं वाटलं नाही तर?"

"अगदी वाटेल तितकं थांबू आपण." आत्मविश्वासानं म्हटलं होतं.

पुन्हा सगळा खेळकरपणा विसरून जाऊन कुलवंत लज्जेच्या कोषात तिनं स्वतःला घट्ट गुरफटून घेतलं. तिला उमलवायला कोण प्रयास पडले... सर्वांगावरची सात झिरझिरीत वस्त्रं उतरवताना सलोमीसारख्या नृत्यांगनेनं दाखवलेले कसबी विभ्रम या साध्या संकोचापुढं फिके पडावेत. खरं तर याच तिच्या विशेषावर आपण लोभावलो ना? नुसतं अनाघ्रात शरीर नव्हे, अनाघ्रात मन. हिंदी सिनेमातल्या नटरंगी नायिका पाहून चवदाव्या-पंधराव्या वर्षापासून उसना बुळबुळीत नखरा करणाऱ्या पोरींच्या घोळक्यात तिची साधी वेषभूषा, सहज मोकळ्या हालचाली आणि त्यामागलं निर्विकल्प मन तिच्या रूपापेक्षाही नजरेत भरलं होतं.

लग्न झाल्यावर तिनं पुरे दोन महिने घेतले. त्या अर्ध्याअधुर्या शृंगारानं शरीराला त्रास होऊ लागला, तरी मन अगदी विश्रब्ध असे. उतावीळ झाली नाही. विकल्पाचे तवंग उमटले नाहीत. आजूबाजूला ती वावरत असली की, तिच्या साध्या हालचाली पाहण्यातही अनुपम सुख भेटे. क्षणभर जवळ येऊन ती काही कुजबुजली तर अंगभर सुगंधाच्या लहरी उठत.

ते दोन महिनेच नव्हे, पुढची दोन वर्षं कशी गेली ते कळलंच नाही. तेव्हाच

सुरुवात झाली होती? एखादा चुकार प्रसंग... आपल्या समोर कपडे बदलण्याचा ... तेव्हाच म्हटलं होतं,

"आतल्या खोलीत का बदलत नाहीस कपडे?"

"तुमच्या समोर बदलले म्हणून काय झालं? पाहिली नाहीये का मला तुम्ही?... सगळी?" लाडीक प्रत्युत्तर.

केव्हाची गोष्ट ही? दुसऱ्या वर्षातली? अगदी सुरुवातीला आपणच आग्रह केला होता.

"ए... असं का ग... माझ्यासमोरच बदल ना साडी."

ती आढेवेढे घेई. लक्ष नाही असं पाहून चटकन् बदलूनच येई. हुलकावण्या देई. आपणच त्या मोडून काढल्या.

तिच्या अंतर्वस्त्रांची बारीक चौकशी केली.

"कसल्या होपलेस ब्रा वापरतेस तू नेहमी? चांगल्या वापरीत जा ना."

स्वत: मेडनफॉर्म आणून दिल्या. तिला कोणता पॅटर्न शोभून दिसतो, त्याची बारीक चिकित्सा केली. हौसेनं तलम झिरझिरीत रातवस्त्रं शिवून घेतली.

पण आपण किती आग्रह केला, तरी पहिल्या दोन वर्षांत तिचा स्वाभाविक पोच सुटला नाही. गर्भारपणाच्या चौथ्या-पाचव्या महिन्यातच रातवस्त्रं पेहरणं तिनं सोडून दिलं.

"का वापरीत नाहीस तू नाइटड्रेस?"

"नको मला. आता अगदी वाईट दिसतं."

"मलाच तर दिसणार. जरा पोट टपोरलं आहे इतकंच ना? मला छानच दिसतंय ते." असं म्हटल्यावर लाजली पण हट्ट सोडीना.

"दुसरं काही आहे का कारण?" म्हणून विचारलं तर संकोचून गप्पच झाली.

"मलासुद्धा नाही का सांगायचं काय झालंय ते." खूप आग्रह केल्यावर अगदी अस्फुटपणं म्हणाली,

"ओटीपोटावर खवले खवले पडल्यासारखं झालं आहे." आपण घाबरूनच गेलो.

"डॉक्टरला दाखवू. चल."

"नको, नको. आईला दाखवलं मी. ती म्हणाली की, सगळ्यांनाच होतं असं. तिथली त्वचा ताणते आणि सापाच्या कातडीसारखी दिसते..."

"मला दाखव." पण शरमून शरमून दाखवीचना. किती दिवस...

केव्हा संपलं हे सारं? दलं घट्ट मिटून घेतलेल्या त्या हिरव्यागार कळीचं, पाकळ्या उलट्या फाकवून मधल्या केसरांचं निर्लज्ज प्रदर्शन करणाऱ्या पाघळट फुलात रूपांतर कसं झालं?

केव्हा बदलली ती? पहिलं बाळंतपण माहेरी. सहाव्या महिन्यातच तिकडे गेली. पण आपण एकदोनदा गेलो होतो, तेव्हा काही तसं वाटलं नाही. पोट आणखी मोठं झालं होतं खरं, पण रसरशीत सतेज दिसत होती. एकदा न्हायली होती वाटतं. पाठीवर पिसाऱ्यासारखे फुलारलेले केस. मंदावलेली चाल. नाही म्हणायला पोलक्याचे मधले हूक लागत नव्हते वाटतं. आतली पांढरी ब्रा दिसल्यावर म्हटलं,

"ब्लाऊज शिवून घे ना नवे."

"दोनचार महिन्यांकरता कशाला शिवायचे नवे कपडे?"

तेव्हाच झाली का निष्काळजीपणाला सुरुवात? की बाळंतपणी? आईनं हौसेनं केलेलं पहिलं बाळंतपण. सारं साग्रसंगीत. तेल लावणं, शेकशेगडी. धुरी. बाळंतपण होऊन घरी आल्यावर सांगत होती,

"मला मुळीच आवडली नव्हती ही जुनाट कल्पना पहिल्यांदा. पण आईची हौस होती. कशाला मन मोडा तिचं थोडक्यासाठी? नंतर समजलं किती बरं वाटतं ते! आपण आपलं खुशाल आडवं पडून राहायचं आणि दुसऱ्या कुणीतरी तेलानं रगडून मालीश करायचं. अंग अगदी हलकं-फुलकं सैल होतं. बरंऽ वाटतं."

ते दृश्य नजरेसमोर उभं राहिलं. तिचा आडवरलेला नग्न देह. त्यावर फिरणारे दुसऱ्या बाईचे हात-कसंतरीच वाटलं.

"आता तसलं सगळं संपवून आलीस ना पण?"

घरी आल्यावर तसलं काही नव्हतं खरं, पण गलथानपणा वाढला होता. बाळाला पाजताना ब्रा आणि पोलक्याचा चुराळा गळ्यापर्यंत वर सारलेला. तेच शरीर, पण सैलं पडलेलं. घाट उतरलेला. तरीसुद्धा नीट व्यवस्थित राहिलं तर नजरेत खुपण्याइतका उतरलेला खासच नव्हे. पण ती दृष्टीच तिला राहिली नाही का? सगळा वेळ बाळाच्या नादात.

कधी बाळ किंचाळू लागलं, म्हणून बाथरूममधून अंगाभोवती एक वस्त्र कसंबसं गुंडाळून धावत बाहेर आलेली. धावताना गदागदा हलणारं सुटलेलं शरीर. चारपाच महिने झाल्यावर सुचवलं,

"अगं, किती सुटलंय शरीर? वजन फारच वाढलं असणार. जरा डाएटिंग का करीत नाहीस?"

"नाही हो, नीता अंगावर आहे. एवढ्यात माझं अन्न तोडलं तर तिला दूध कमी मिळेल.''

सारखं बोलणं नीताबद्दलच. चारपाच महिन्याच तो आकार-रूप नसलेला गोळा. तिनं जरा ओठ दुमडले की, 'हसतेय पाहा कशी चावट!', 'किती हातपाय उडवते अंघोळ घालताना!' असली कौतुकं. अगदी रात्रीच्या एकांतातसुद्धा साधा संदर्भ तोडून मध्येच– 'आज पालथी झाली हो एकदम! वळवळी आहे नुसती!'

हेही चाललं असतं. कसंतरी खपवून घेतलं असतं. पण आणखीही काही बदल झाले. नीता झाली आणि ती अधिकारानं वागू लागली.

"घ्या की नीताला जरा. केव्हाची किंचाळतेय. हातावर आंदोळून दमले मी अगदी.''

बाहेरून घरी यायला उशीर झाला तर संताप. जाच. हळूहळू उशीर का झाला ते सांगायची टाळाटाळ करू लागलो. तुटकपणे नुसतं 'काम होतं' म्हणून सांगितलं तर समजून घ्यायचा पोचच गेला. 'कसलं काम होतं?', 'इतके वेळ उशिरापर्यंत का बसावं लागतं?', 'ऑफिसात दुसरं कोण कोण थांबतं?', 'मग नाडकर्णी कसे येतात वेळेवर घरी?' असल्या भोचक उलटतपासण्या होऊ लागल्या. मित्राकडे गेलो होतो म्हटलं तर, 'हो, जुना मित्र भेटला, मग बायकोची कशाला आठवण होतेय? ती बसलीय आपली मुलीला सांभाळीत!' वगैरे.

आपल्या मित्रांना आपण मनात हसत होतो. लग्नांनंतरच्या त्यांच्या वागणुकीचे ठराविक चढउतार आपण अगदी नोंदलेले. लग्न झाल्यावर वर्ष-दीडवर्ष त्यांना वेळ नसायचा. दिसायचेच नाहीत. लौकर घरी पळायचे. आपण घरी गेलो, तर आगत- 'बस रे. कुठं जातोस साडेआठ वाजता घरी? साडेनऊचं पिक्चर मारू या.' असली बात नाही. पावणेनऊ-नऊ वाजता स्मितपूर्वक निरोप. त्याआधीच दोघांत झालेली नेत्रपल्लवी.

पण पहिल्या बाळंतपणाला माहेरी गेलेल्या बायकोच्या विरहानं तळमळणारा मित्र ती येऊन दोनतीन महिने झाले की, आपणहून जुन्या कळपात सामील. उत्साहानं. त्याला पूर्वीइतका वेळ नसला, तरी इच्छा स्पष्ट असे. घरी भेटायला गेलं की, 'याला नाक्यापर्यंत पोचवून येतो गं' म्हणून बाहेर पडून तास-दीड तासाची सुटका करून घेई. 'रागावतील ना वहिनी,' असं म्हटलं तर 'रागावू दे रे!' असं तडक प्रत्युत्तर.

मित्रांच्या गळ्यात भाजीच्या, बाजारहाटाच्या पिशव्या. किरकिरणाऱ्या मुलांच्या औषधाच्या बाटल्या. या चाकोरीत शिरायचं नाही. घाण्याच्या बैलासारखं निर्बुद्धपणं

फिरायचं नाही... तेवढं अजूनही पाळलं. नीताला जोजवत बसणं, डॉक्टरकडे नेणं टाळलं.

पण खरं जमलं का आपल्याला ठरवलं ते? परवाचीच संध्याकाळ. टाळलेली. आपण मित्राकडे जाऊन काढलेली. बळंबळंच त्याला बाहेर नेलं. संसार सोडून इतर गप्पाच मारल्या. शेवटी बोलायला सुचेना, तेव्हा लांब भटकायला जाऊन संपवलेली संध्याकाळ...

आणि संध्याकाळ टाळली तरी पुढं उभी राहणारी रात्र? एकमेकांना चिकटवून ठेवलेले बिछाने. आपण आपल्या जागेवर अंग टाकलं की, पाचदहा मिनिटांत अंगाला लगडलेला जडदेह. गळ्याभोवती हातांची मिठी. एक पाय अंगावर टाकलेला. आडवारलेल्या फुगीर पोटाची अंगाला होणारी लगट. त्यातच मधून जाणवणाऱ्या गर्भाच्या हालचाली.

"पाहिलंत का? बाळ कसा लाथा मारतो आहे? अशा आम्ही बायकांनी तुम्हा पुरुषांच्या लाथा खायच्या-आतून आणि बाहेरून!"

लाडीक बोलणं. विनोदी भासणाऱ्या असल्या उद्गारामागची बोच. त्याचा हात ओढून घेऊन पोटावर ठेवलेला. आतल्या गर्भाच्या हालचालीनं तळहातावर शिरशिरी येई.

"काय नाव ठेवायचं याचं?"

"तू म्हणशील ते." विषयाची टाळाटाळ.

"मला तर विक्रम किंवा संग्राम यांतल कोणतं तरी ठेवावंसं वाटतं."

"अगं, पण मुलगी झाली तर?"

"आता मुलगी कशाला होईल? नीता आहेच. काहीतरी तुमचं! आपण आपलं चांगलंच धरावं. सांगा नं. तुम्हांला नाव पसंत आहे?"

किंचित चिडचिडत तो म्हणाला, "त्याची काय घाई आहे आताच?" जरा दूर सरला.

"मारवाडणीसारखी साडी खाली का नेसतेस बेंबीच्या? वाईट दिसतं अगदी!" चिडका सूर ध्यानी न घेताच म्हणाली, "सहनच होत नाही आता पोटावर कपडा. घामोळं पाहा किती आलंय ते." आणखी एक रात्र. चिकचिक घामोळलेली.

"नको ग. किती उकडतंय आज."

"पंखा सोडते नं."

अंधारात शरीरांचा निकट स्पर्श. त्या स्पर्शातून स्पष्टपणानं जाणवणारी मागणी.

"किती दिवसांत तुम्ही मला..."

गर्भ राहिल्यानंतर ही इच्छा का व्हावी? प्राण्यांच्या, पक्ष्यांच्या दुनियेत नसतं असं. माणसालाच का हा शाप? अनुत्तरित प्रश्न.

इच्छेविरुद्ध चाळवणारा देह. फुलत फुसांडत जाणारी शरीरं.

लग्न झालं तेव्हा बत्तीस वर्षांचं वय होतं. तोपर्यंत तंग कपडे घातलेल्या, तारुण्यानं चोळी टंच ताणलेल्या, मादक डोळ्यांच्या पोरी पाहून शरीर चाळवलं नव्हतं, असं मुळीच नव्हे. तसं तर अनेकदा झालं होतं. पण मन न गुंतल्याठिकाणी चाळवल्या शरीराची तृप्ती करण्याची कल्पनाच अश्लील वाटली होती. तसल्या कल्पनेला मन कधी भुललंच नव्हतं.

पण मग हा असला संग, मनाविरुद्ध केलेला, त्यानंतर आलेली सुस्ती हे सारं अश्लील नव्हतं?

तो अगदी दिवस मोजीत होता. डॉक्टरनी सांगितलं होतं,

''दिलेल्या तारखेअगोदरचे सहा आठवडे तरी संयम...''

संयम!

सातवा महिना पुरा व्हायच्या आतच त्यानं तिला सांगितलं,

''तसं काय सांगता येतंय तारखेचं नक्की? उगीच भलता धोका नको पत्करायला. आता नकोच...''

''पण नुसती जवळ निजते नं मी.''

''तू इतकी जवळ असलीस की, मग मन आवरत नाही.''

हे बोलताना जिभेचा तुकडा तुटून कसा पडला नाही कोण जाणे!

खरंखोटं कसंही असो, शारीरिक जवळीक तरी टळली होती.

शिवाय, ती एकदा हॉस्पिटलमध्ये गेल्यावर दहा दिवस अगदी एकटं राहायचं. निवांत. ऑफिसमध्येसुद्धा जायचं नाही. रजाच घ्यायची... पुन्हा एकदा बर्फानं आच्छादलेल्या पर्वतराजी पाहायला मिळत्या, तर त्या पूर्ण एकांताला हिमगौर शोभा आली असती. ना वृक्षांच्या पानांचा, ना पक्ष्यांचा, पशूंचा वा माणसांचा आवाज. त्या विलक्षण प्रदेशातला तो अतिस्तब्ध एकांत. खराखुरा. स्त्रीपुरुषांनी एकत्र होऊन भोगायचा नव्हे. अफाट पसरलेल्या बर्फाच्छादित शिखरांच्या पार्श्वभूमीवर शरीरमनात खोल रुजून जाणारा विलक्षण एकांत.

कितीतरी वर्षांनी हिमालयाच्या त्या यात्रेची सय आली होती. पण पूर्वी गेलो होतो ते खऱ्या ओढीनं. हिमालयाला उरी भेटण्याच्या, न आवरणाऱ्या इच्छेनं. आजची इच्छा केवळ पलायनाची. सुटकेची. ती तृप्त होणार नाही हेच चांगलं आहे. त्या पवित्र ठिकाणी असल्या हेतूनं पाऊल पडू नयेच...

सात वर्षं. गळून पायगती पडलेली संकोचाची सात झिरझिरीत वस्त्रं.

स्नानाला जाताना तिच्या हातून दाराला कडी लावायची राहून जाऊ लागली. बाथरूममध्ये कुणी नाही या समजुतीनं त्यानं एकदा घाईघाईनं चुकून दार सताड उघडलं. नागव्या बेढब शरीरावर जागोजाग साबणाच्या फेसाचे लपके, चेहऱ्यावर पांढरा थर. दाराचा आवाज ऐकून डोळे उघडल्यावर त्या पांढऱ्या फेसात खोचल्यासारखी दिसणारी डोळ्यांची काळी बुबुळं.

रागावलो तर दार न लोटता तशाच अवस्थेत म्हणाली, "काय झालं इतकं रागवायला! आपण दोघंच तर आहोत. पूर्वी मला न्हाताना पाहू दे म्हणून किती आग्रह करीत होता आणि आता चुकून दार उघडं राहिलं तर इतका गहजब-"

शेवटी आपणच दार लोटून घेत बाहेर आलो. अंघोळ झाल्यावर केस पाठीवर फिस्कारून शेजारी थप्प येऊन बसली. म्हणाली, "आठव्या महिन्यानंतर कडी लावून घेऊ नकोस म्हणून आईनंच सांगितलं आहे. एखादे वेळी काही भलतंच झालं, एकदम पाणमोटली फुटली तर मग मला कडीसुद्धा काढता यायची नाही."

त्याला ऐकवेना...

मनांची एकरूपता व्हायला देहधर्म एकमेकांच्या साक्षीनं करावे लागतात का?

तिनं तेच मनात घेतलं होतं. नि:संकोचपणानं समोरच कपडे बदलणं. स्नान करताना पाहिलं तर न विरमणं. बाळंत होताना किती त्रास होतो त्यावर सारखं बोलत राहणं...

"अगदी पहिल्यांदा लहानलहान चुकार कळा येतात. फसव्या कळा. अर्ध्या तासानं एखादी पंधरावीस मिनिटांनी. नंतर मात्र खऱ्या वेणांना सुरुवात. प्रथम सौम्य असतात वेणा. नंतर वेणा मात्र भयंकर असतात. सारा देह चरकात घातल्यासारखा पिळवटून निघतो. कंबर मरणाची दुखते. कंबर म्हणजे तुम्हा पुरुषांना नाजूक दिसते ती कंबर नव्हे. हे... माकडहाडाच्या जरा वर, पाठीकडचा भाग... अंगावर जायला लागतं. पाणमोटळी फुटते... सर्व्हिक्स मोठं व्हायला लागतं डोकं दिसायला लागतं..."

पाणमोटळी. माकडहाड. सर्व्हिक्स. अंगावर...

अंगावर शहारे येतात.

"एकदा बाळ बाहेर आलं की, भडाभडा रक्ताचे लोट वाहतात नुसते. वार बाहेर पडते..."

किळस आणणाऱ्या देहधर्माची तपशीलवार वर्णनं. जुगुप्सा वाटत असतानाही त्यानं एकदा विचारलं होतं, "वेदना अगदी असह्य असतात का ग?"

तेव्हा किंचित शहारून म्हणाली होती,

"जावं त्याच्या वंशा! प्रत्यक्ष अनुभवल्याखेरीज काय कळणार आहे? पण

ते तुमच्या ललाटी नाही!'' मग म्हणाली, ''स्वत: प्रत्यक्ष पहिलं तर येईल कल्पना थोडीशी.''

मग तिनं तेच खूळ घेतलं. म्हणाली, ''नाहीतरी सिनेमा वगैरे पाहून समजून घ्यायचं– कशाला तसं? प्रत्यक्ष पाहायला काय हरकत आहे? हे आपलं दोघांचं बाळ. आपल्या मिलनातून जन्माला येणारं. आता आपल्यात तसा काय अंतराय उरला आहे? मी परवानगी काढून ठेवीन डॉक्टरांची... आयत्या वेळी कुणी हरकत घ्यायला नको.''

''अगं, पण कशाला उगाच तसलं? त्यांची रीत नसताना आपण जबरदस्ती करायची...''

गुळमुळीत बोलून अंग काढून घ्यायचा प्रयत्न केला होता, पण तो साधला नव्हता. आठव्या-नवव्या महिन्यात सगळं ठीक असल्याची खात्री करून घ्यायला, एकदा तरी हॉस्पिटलमध्ये जायचं. पण त्याला अवघड वाटू लागलं; शरमेनं हॉस्पिटलमध्ये जावसं वाटेनाच. तिथं डॉक्टरांनी काही विचारलं तर उत्तर काय देणार आपण? तिनं तर आपलीच तशी इच्छा आहे म्हणून सांगितलं असणार. तिथं तर काही नाही-होय म्हणता येणार नाही.

त्यापेक्षा तिला काहीच न म्हणता टाळावं. तारखेच्या आठदहा दिवस अगोदरच तिच्या आईला बोलावून घ्यावं. वेळेला आईच जवळ असली की, आपण थांबण्याचा प्रश्नच येणार नाही.

एक दिवस बेत करीतच तो ऑफिसातून घरी आला. चारसहा दिवसांतच तिच्या आईला आणलं पाहिजे. अजून तीन आठवडे आहेत खरे, पण मागंपुढं झाल्यास शंकेला जागा नको. तिची आई जरा घरातही पाहील. आता जरा ओढलेली, उतरलेली दिसतेय का ती? आईची मदत होईल.

घरी आल्यावर ती दहा मिनिटं आली नाही. सुटल्यासारखं वाटलं. दहा मिनिटं बाहेरच स्वस्थ बसून मग तो आत गेला. मोकळ्या अंगानं ती घरात नसेल या खात्रीनं. पण ती आतच होती. पलंगावर पडलेली होती. पाहून उठत म्हणाली,

''आल्याचं समजलंच नाही मला...''

दहा मिनिटंच सुटका झाली होती. पुन्हा हे बांधीलपण...

''आज अगदी थकल्यासारखं वाटतंय. जवळ आलीय ना तारीख? पोटही उतरल्यासारखं वाटतंय का हो?''

''अगं, मला काय समजतंय त्यातलं? तुझ्या आईला बोलावून घ्यायला हवं आता. खरं म्हणजे उशीरच झालाय. मी तारच करून येतो.''

“छे. कशाला उगीचच धावाधाव? मी आईला कळवलं आहे की, मी हॉस्पिटलमधून आल्या आल्या यायचं तिनं इथं. आताच आई आली तरी तिच्याबरोबर नीता पण येईल, घरात जास्त माणसं. गोंधळ तेवढा होईल.”

“अग, पण का कळवलंस तू आईला असं मला न विचारता? मला कसं जमेल हे सगळं?”

चिडका सूर. पण त्याची जराही दखल न घेता म्हणाली, “काय जमायचंय त्यात? मी सांगेन नं सगळं समजावून.”

तो चिडचिडलेलाच, पण गप्प. मग संध्याकाळचा चहा, जेवणं, अंथरुणं... ओळीनं चाललेलं. नशीब म्हणजे तीही गप्प-गप्पच होती. जवळ येऊन लाडंलाडं बोलली नाही. अंथरुणावर पडल्यावर येऊन चिकटली नाही.

का कोण जाणे, तरीसुद्धा झोप येईना. तिची आई येणार नाही, म्हणजे हॉस्पिटलमध्ये आपल्याला घेऊन जावं लागणार... मग पुढचा प्रसंग... काही सुचेना.

“आई-आयाई ग!” एकाएकी विव्हळण्याचा आवाज.

“काय झालं ग?”

“जराशी कळ आली.”

जरा कळ आली, तर इतके आवाज काढायला हवेतच का? त्याच्या मनात आलं.

ती मधूनमधून विव्हळू लागली. असं चारसहा वेळा झालं तरी त्यानं काहीच म्हटलं नाही. तीच म्हणाली, “अहो! सारखं दुखायला लागलंय.”

“पण दिलेल्या तारखेला तर अजून वीस दिवस आहेत ना? दुसऱ्या कशानं तरी दुखत असेल!”

सुरात चांगलाच राग उमटला असावा. ती काहीच बोलली नाही.

पण पाचदहा मिनिटांत पुन्हा कण्हू लागली. मग मात्र त्याला घाबरल्यासारखं झालं.

“काय ग?”

काहीच उत्तर न देता ती पडूनच राहिली. कण्हत. विव्हळत.

जरा वेळानं उठली. म्हणाली, “बाथरूमला जाऊन येते. दार उघडंच ठेवते हं.”

दाराविषयी मुद्दाम बोलून दाखवायला हवंच होतं का?

ती फार ताबडतोबीनं परत आली.

“आता जायला हवं.”

"म्हणजे?"

"अंगावर जातंय. शो म्हणतात त्याला." तिनं विशद करून सांगितलं.

शोच चाललाय हा सगळा! मनात पडसाद उमटला. तिची निघण्याची लगबग पाहून तो म्हणाला, "थोडा वेळ थांबून पाहू या का? अगदी भररात्र आहे आता."

"अहो, असा वेळ काढला तर मग एकदम इथंच व्हायची मी. म्हणजे झालं!"

मग मात्र तो घाईनं उठला. तिच्या एकेरी पावलाच्या गतीनं तिला सावरीत जिने उतरणं. तिला रस्त्यात तशीच उभी ठेवून टॅक्सी मिळविण्याची धावपळ.

हॉस्पिटल... मध्यरात्री तिथली लिफ्ट बंद. जिना चढायला तिला आधार द्यायचा. चढता-चढता ती मध्येच थांबली. विव्हळली.

"काय ग?" मनात धाकधूक. इथे जिन्यातच जर... तिला विचारल्यावर किंचित हसली.

"नाही, नाही. खूप वेळ आहे अजून."

हॉस्पिटलच्या दारात एक अगदी पोरगेली नर्स सामोरी आली. सराईतपणं चौकश्या सुरू झाल्या.

"केव्हा सुरू झाल्या कळा? तारीख कोणती दिली होती? अंगावर जातंय? कळा पोटात आहेत की कंबरेतून?"

प्रत्येक प्रश्नाला उत्तर देताना ती त्याच्याकडे दाद मागितल्यासारखा दृष्टिक्षेप टाकीत होती. तो नजर चुकवीत होता.

"दुसरी वेळ ना ही? पहिल्या खेपेला किती वेळ लागला होता?"

"तीन तास."

"मग लगेच लेबर रूममध्येच जाऊ." तिला आधार देत चालता चालता नर्स त्याच्याकडे पाहून म्हणाली. "तुम्ही थांबणार इथं की घरी जाणार?"

तो काहीतरी चाचरत उत्तरणार एवढ्यात सारी सूत्रं स्वतःच्या ताब्यात घेत ती म्हणाली, "लेबर रूममध्येच थांबणार आहेत ते. मी परवानगी काढून ठेवली आहे डॉक्टरांची."

"पण घाबरायचे नाहीत ना? दोन महिन्यांपूर्वी असाच एक माणूस घेरी येऊन कोसळला. मग अडलेल्या बाईला तसंच ठेवून आधी त्याची उस्तवार करावी लागली." किंचित खिसखिसत त्याच्याकडे न पाहता नर्स तिला म्हणाली.

त्याचं शरीर ताठरलं. एवढीशी पोरगी मला कुचेष्टेनं खिजवतेय...

"थांबेन मी इथंच."

"मर्जी तुमची!'' अशा अर्थानं खांदे उडवून नर्सनं तिच्यापुढं एक पांढरा गाऊन धरला. सारे कपडे काढून तिनं तो पेहरला. जेमतेम मांड्यांपर्यंत पोचणारा. कैद्यासारखा. आधीच बेढब झालेल्या शरीराला आणखी एक कुरूप वळसा देणारा.

ती टेबलावर आडवी झाली. नर्सनं वस्तरा हाती घेतला. त्यानं घाबरून म्हटलं, "हे काय?''

"डिस्इन्फेक्ट करावा लागतो तिथला सगळा भाग...'' नर्सला डावलून तिनं स्वत:च सांगितलं. नर्स पुन्हा किंचित हसली का? मग तो सोहळा. तिथले सगळे केस भादरण्याचा.

त्याला आता मात्र स्वत:चाच राग आला. नर्सनं बाहेर थांबायची मोकळीक ठेवली असताना आपणच चाचरलो आणि ती संधी गमावली. वेड्यासारखे आपणहून इथं दाखल झालो. अजून म्हणावं का बाहेर बसतो म्हणून? एवढ्यात ती एकाएकी चित्कारू लागली. आवाजात तीव्र सूर उमटला.

त्याचे पाय खिळल्यासारखे झाले. वस्तरा धुवायला गेलेली नर्स धावत पुढं झाली. अंगावरचा गाऊन वर सरकवून तिनं पोटावर हात ठेवला. पाय दोन्ही बाजूला फाकवून वाकून पाहिलं. मग पुन्हा पोटावर हात फिरवला. कळ उतरली असावी.

जरा धाप टाकीत ती म्हणाली,

"केवढी कळ आली हो! वर वर येतंय पाहा सगळं. घाबरतोय हो जीव माझा.''

किंचित थोपटल्यासारखं करून नर्स बाजूला कामाला लागली.

पुन्हा तोच चित्कार. आणि वेदना थांबता थांबता, "सिस्टर, सिस्टर... फार दुखतंय हो. सहन नाही होत आता.'' अशी आरोळी.

पुन्हा एकदा, दोनदा, तीनदा...

"अहो, अनुभव आहे तुम्हांला पूर्वींचा. मग हे काय करताय? आवाज काढायचा नाही जरासुद्धा.'' नर्स नापसंतीच्या सुरात म्हणाली. मघापासून असलं बोलण्याकरता त्याचे ओठ वळवळत होते. आता नर्सनंच म्हटल्यावर त्याला बरं वाटलं.

आणि जरा बाजूला जाऊन नर्स एनिम्याचं भांडं घेऊन आली.

एवढाच प्रसंग आतापर्यंत आला नव्हता. चला. तेही होऊन जाईल. काही उणं राहायला नको.

एनिमा आटोपल्यावर ती पुन्हा विव्हळू लागली.

"आई, आई-अयाई गऽ''

"ओठ घट्ट मिटून घ्या आणि खाली कळ द्या आता." नर्सनं जरब दिली.

तीही वरमली असावी. खरोखरच तिनं ओठ घट्ट मिटून घेतले. आणि थोड्याच वेळात ही उलघाल थांबली. कळा थांबल्या नव्हत्या. येतच होत्या... पण आता काही वेगळ्याच तऱ्हेनं येऊ लागल्या असाव्यात. एका दिशेनं, रोखानं...

समुद्राची लाट जशी दुरून येताना लहानगी दिसते, मग हळूहळू तिला बळ येत येत अंगानं थोरली होते तशा. दमादमानं येणाऱ्या. अंगांग घुमवीत येणाऱ्या.

कळ येऊ लागली की, हळूहळू तिच्या हाताच्या मुठी वळू लागत. शिगेला पोचली की, करकचून आवळल्या जात. आणि ओसरली की हातच नव्हे तर सारं शरीर शिथिल पडे. शरीरातली नसन्नस उदरातल्या वेदनेचा झपाटा आवरायला सिद्ध होऊन उठली. कळ शिगेला पोचली की मुद्रा रक्तवर्ण, ओसरली की विवर्ण. कळा जलद येत होत्या. एकापाठोपाठ एक. पण आता ती विव्हळत नव्हती. सगळा नूरच पालटला होता. घट्ट मुरडलेले ओठ. वेणा सोसणारा देह. लहानखुरा, असहाय, घामेजलेला.

एकापाठोपाठ एक वेणा. मध्ये पुढच्या वेणेला सामोरं जाण्यापुरता अवसर.

कळ आली की, त्याचेही हात आवळू लागले. नुसतं पाहता पाहता घामाचे सर ओघळू लागले.

"पाणी... पाणी..."

नर्सनं घाईनं पाण्याचं भांडं पुढं केलं. भांडं पाहिल्याबरोबर उघडलेले असहाय ओठ. त्यानं पाजलेला घोट. पण पाणी कुणी दिलं त्याचं भान नाही. वेदनेखेरीज नजरेत कसली कुणाची जाण नाही.

निखळ वेदनेनं पूर्ण हरपलेलं देहभान.

"मला किती त्रास होतोय पाहा." असा अविर्भाव नाही.

"आता आपल्यात काही अंतरायच राहिला नाही." हा आव नाही.

मनाचे सारे क्षुद्र खेळ पूर्ण थांबवून वेदनांनी नाचू लागलेला शरीराचा कणकण.

तनमन एकाग्र.

ती वेदनाव्यग्र.

नर्स मधूनमधून गाऊन बाजूला करून पोटावर हात फिरवीत होती. पाय बाजूला फाकवून पाहत होती. फुगारलेले पोट, उघडेवाघडे केविलवाणे पाय. जांघांमध्ये झिरपलेला लालचिकट स्राव.

पण नजरेला हे डाचत नव्हतं. घामाच्या टपोर थेंबांनी डवरलेलं कपाळ. ओळख विसरून गेलेले डोळे. वेदनेच्या तालावर आवळणारे, उलणारे ओठ. त्या

एका लयीच्या आवर्तनात घुमणारा देह.

कधी न देखल्या, न अपेक्षिल्या सौंदर्यानं ती न्हाऊन निथळत होती. नसानसातून वेणा पोहत होत्या. ती वेणा श्वासत होती, उच्छ्वासत होती. उंचबळलेल्या दर्याच्या गाजेसारखी वेदना साद देत होती.

आदिवेदना. लहान खळग्यातल्या पावसाच्या निश्चल पाण्यात अवघ्या आकाशाचं प्रतिबिंब सांडावं तशी त्या लहानखुऱ्या देहात सामावलेली वेदना.

आपण बर्फानं आच्छादलेल्या हिमालयाच्या पर्वतराजी भोगल्या होत्या. त्या हिमालयाचा जन्म कसा झाला असेल? पृथ्वीनं वेणा दिल्या असतील?

धरणी दुभंगली असेल.

विवरं निर्माण झाली असतील.

लाव्हारसाचे लाल लोट वाहिले असतील.

नर्सनं तिच्या दोन्ही पायांवर पांढऱ्या जंतुविरहित कापड्यांच्या पिशव्या चढवल्या. स्वतः हातांत हातमोजे घातले. आणि म्हणाली, ''अगदी थोडा वेळ राहिला आता.''

आणखी एक कळ.

दुसरी.

तिसरी.

मग एक आटोकाट कळ.

आणि वेदनेच्या त्या अखेरच्या वळशातून निसटलेलं बाळ...

कळीचं फूल, फुलातून फळ, फळ तयार होण्याअगोदरच पाकळ्यांना गळ... असं झालं का हे सारं? इतकंच? नित्यधर्मानुसार?

बाळाचे पाय हातात घट्ट पकडून नर्सनं त्याला उलटं उंच उचललं. वीतभर देहाला वेटाळून बसलेली सर्पाकार नाळ अंगभूत प्रकाशानं चमकून सळसळत घसरली. मुलाचा इवला कोवळा देह थरारून ताठला आणि त्या मोकळ्या उरातून पहिला हुंकार उमटला. ॐकार. आदिनाद.

कोवळ्या देहाच्या दीप्तीनं, उरातल्या त्या हुंकारानं त्याचा जीव अपरंपार भरून आला. असीम कृतज्ञतेनं त्यानं तिच्याकडे पाहिलं.

प्राण निखळून गेल्याप्रमाणं ती निपचित... गप्प पडलेली...

भलत्याच शंकेनं एकदम वळून त्यानं नर्सकडे पाह्यलं. खुणेनं विचारलं, नर्सनं तसंच प्रत्युत्तर केलं.

सुटकेचा निःश्वास टाकीत तो जरा हलणार इतक्यात बळानं डोळे उघडीत ती कसंबसं म्हणाली, ''झाला ना मुलगा? मी म्हटलं होतं नं?''

हो, नर्स 'मुलगा' असं म्हणाली होती खरी. त्यानं पुढं होऊन समजूत घातल्यासारखं तिला थोपटलं.

ती म्लान हसली आणि त्याचा हात हातात घट्ट धरीत म्हणाली, ''पाहिलंत किती भयंकर त्रास झाला तो?''

भयंकर त्रास? त्रास?

अग, हा तर सोहळा होता. मी तो नुसता पाहिला. तू स्वतः भोगलास! तुझ्यावाटचा मला भोगता येता तर मी अंग भरून भोगला असता. तू हा भोग मला दिलास म्हणून जन्मजन्म तुझा ऋणी राहिलो असतो. आणि त्यात आकंठ बुडून तू कोरडीबरड बाहेर आलीस? त्या अमृताचा स्पर्श तुला जाणवलाच नाही?

''सांगा नं? पटलं ना आता किती सोसावं लागतं ते!''

आत्ता हे बोलणं नको होतं. पण ती बोलतच होती.

''पाहिलात आपला दोघांचा बाळ?''

आपला दोघांचा.

चिकट प्रेमळ संभाषणांच्या आवृत्त्या.

लगोलग.

इतक्यात नर्स पुढं झाली. ''थकला आहात बरं का तुम्ही. बोलायचं नाही हं. स्वस्थ निजा आता.'' असं म्हणून स्ट्रेचरची व्यवस्था करू लागली.

तोही थकला होता. संभाषणाचे मोजके चारआठ शब्द. तेवढ्यानं पुन्हा चिडचिडल्यासारखं वाटू लागलं होतं.

नर्सनं आणि तिच्या मदतनिसांनी स्ट्रेचरवरून तिला वॉर्डमध्ये नेलं.

हॉस्पिटलचा जिना उतरताना त्याच्या मनात आलं, तिच्यावरच्या रागामुळं तर आपल्याला तिच्या वेदना पाहून आनंद झाला नसेल?

नाही, नाही. परमेश्वरा, तसं नसू दे. इतक्या उत्तुंग प्रतीतीचा जन्म असल्या क्षुद्र भावनेच्या पोटी झालेला नसो.

मग त्याचं त्यालाच हसू आलं. रक्तामांसाच्या चिखलातून जन्माला येत असलेलं आदिपुरुषाचं बाळरूप आपण पाहिलं, आणि स्वतःला धन्य मानलं. आता लगेच आपल्या प्रतीतीचा जन्म कोणत्या चिखलात झाला त्याचा पंचनामा करतो आहोत!

नव्या पहाटेच्या उमलत्या प्रकाशात तो घराची वाट चालू लागला.

◆◆◆